மிருகமோட்சம்

&

பிற கதைகள்

விஜயகுமார் சம்மங்கரை

The views and opinions expressed in this book are the author's own. The facts contained here in were reported to be true as on the date of publication by the author to the publishers of the book, and the publishers are not in any way liable for their accuracy or veracity.

மிருகமோட்சம் & பிற கதைகள் • சிறுகதைகள் • ©விஜயகுமார் சம்மங்கரை • முதல் பதிப்பு: ஆகஸ்ட் 2022

Mirugamotcham & Other Stories* ShortStories * ©Vijayakumar Sammangarai * First Edition : August 2022

Pages : 144
Price : 180
ISBN: 978-93-92876-05-9

Cover design: Y creations
Inside design: Santhosh Kolanji

Released by :

Yaavarum Publishers
24, Shop no - B, S.G.P Naidu Complex,
Dhandeeswaram Bus Stop
Opp: Bharathiar Park
Velachery Main Road
Velachery, Chennai - 600 042
Url : www.yaavarum.com; www.be4books.com

All rights, including professional, amateur, motion pictures, recitation, public reading, broadcasting and the rights of translation into foreign languages are strictly reserved. No part of this book may be reproduced in whole or in part or utilized in any form or by any means electronic or mechanical, including photocopying, recording or by any information storage and retrieval system now known or hereafter invented, without the prior written permission of the author/publisher.

ஆசிரியர் குறிப்பு

விஜயகுமார் சம்மங்கரை

இவர் பிறந்தது கோவையில். தற்பொழுது மென்பொருள் துறையில் பணிபுரிந்து வருகிறார். இவரது கதைகள் பதாகை, வல்லினம், சொல்வனம் உள்ளிட்ட இணைய இதழ்களில் வெளியாகியுள்ளன. இது இவரது முதல் சிறுகதை தொகுப்பு.

மின்னஞ்சல்: vijaykct@gmail.com

ஆசான் ஜெயமோகன்
அவர்களுக்கு

என்னுரை

உண்டாகியது அனைத்தும் மறைந்து போகிறது. சொன்ன சொல் சொல்லி முடிந்த கணமே சுவடின்றி மறைகிறது. நிகழும் வினைகள் நத்தையின் ஈரத்தடம் போல சில நேரம் இருந்து மறைகிறது. மறைகிறதா என்றால் மறைகிறது ஆனாலும் எங்கோ இருக்கிறது. நினைவுகளில் நினைவுக்குக் கருவிகளில், ஸ்தூலத்தில், சூக்குமத்தில், பிரம்மாண்டத்தில், அணுவில் என்று எங்கோ. அவை அனைத்தும் ஒரே வடிவத்தில்தான் எஞ்சி இருக்குமோ? கதையாகவோ அல்லது கதையின் கருப்பொருளாகவோ...

கதை கல்லில் படிந்து கிடக்கிறது, மண்ணில் புதைந்து கிடக்கிறது, வானில் பரந்து அலைகிறது, மரத்தை அறுத்துப் பார்த்தால், மனதை அகழ்ந்து பார்த்தால் எங்கும் கதையே. அநந்த கோடி கதைகள் கிடக்கிறது. இதோ இன்னும் ஒன்று. கதைகள் எனும் பெரும் கடலில் இன்னும் ஓர் சிற்றோடை கலக்கிறது.

இந்தக் கதைகளைப் பதிப்பித்த பதாகை மற்றும் வல்லினம் இதழ்களுக்கு எனது நன்றியும் அன்பும்.

இந்தத் தொகுப்பில் உள்ள எந்தக் கதையும் ஒரே அமர்வில் எழுதியவை அல்ல. எனக்குச் சில நாட்களேனும் பிடித்தது. இன்று நினைத்துப் பார்க்கையில் அவை மிக இனிய நாட்களாக இருந்திருக்கின்றன. நான் வாழ்ந்திருக்கிறேன் என்று சொல்லத்தக்க நாட்கள் அவை.

மிருக மோட்சம் என்ற கதையை வெறும் நான்கு வரிகளுக்காகத்தான் எழுதினேன். அந்த வரிகளைச் சுமந்து நிற்கும் கலமாக அந்தக் கதை அமைந்தது. அந்தக் கதைக்குள் அந்த

வரிகளைப் புதைத்து வைத்தேன். ஓர் இலக்கியக் கூடுகையில் நண்பர் ஈரோடு கிருஷ்ணன் அவர்கள் அந்த வரிகளைத் தொட்டு வாசித்துக் காண்பித்தார். அந்த உக்கிரமான தருணத்தை இன்றும் உணர்ச்சி பொங்க நினைவு கூறுகிறேன். அந்தத் தருணம் தன்னைத் தானே இந்தக் ககனவெளியில் எழுதிக்கொண்டது. அந்தத் தருணம் மட்டும் நித்திய நிகழ்வாக ஆகியிருந்தால் இந்நேரம் கடவுளைக்கூடக் கண்டிருப்பேன்.

வாசிப்பு எனும் ஞானப் பாதையில் செல்லும் உங்களை நான் அடையாளம் காண்கிறேன். வழித்துணையாக நானும் வருகிறேன். என்னையும் அழைத்துச் செல்லுங்கள்.

என்னவோ தெரியவில்லை உங்களிடம் சொல்லத் தோன்றுகிறது. இப்போதெல்லாம் எனக்கு வாழ்க்கை ரொம்பப் பிடித்திருக்கிறது.

உள்ளடக்கம்

1. வராகம் — 9
2. வானின் பிரஜை — 23
3. மிருகமோட்சம் — 38
4. சோறு — 60
5. அப்பால் இருப்பவள் — 76
6. ஒன் மொமெண்ட் ப்ளீஸ் — 91
7. 1992 — 102
8. பூத சரணம் — 117
9. நாயிற்கடையேன் — 131

வராகம்

“இது நின்னுக்கிட்டு இருக்குடா; சம்மணம் போட்ட மாரில நான் டிசைன் கேட்டேன்?” ரங்கசாமி சலித்துக் கொண்டார்.

“சாரி பெரிப்பா, சின்ன ஸ்தபதிதான் எதுக்கும் இந்த டிஸைன குடுத்துப்பார்ன்னு சொன்னார்” விஜயன் தன் பெரியப்பாவைப் பார்க்காமலேயே பதில் சொன்னான்.

“எல்லாரும் உன்ன சொல்றது சரியாதான் இருக்கு; ஏன்டா கலுத வயசாகுதுல, உங்கிட்ட ஒரு வேல சொன்னா உன் குண்டிக்குப் பின்னாலயே ஒருத்தன் சுத்தணுமா? அப்பத்தான் எதயுமே ஒழுங்கா செய்வியா” கத்தினார்.

“உக்காந்து மூணு வேலையும் கொட்டிக்கத் தெரியுதுல்ல?”

கோபத்தை உதட்டில் அடக்கியவாறு விஜயன் பெரியப்பாவைப் பார்த்தான்.

சிறிது நேரம் அமைதியாக அந்தக் காகிதத்தைப் பார்த்துவிட்டு, “நல்லாத்தான் இருக்கு, ஆனா நம்ம சாமி உக்காந்த மாரிடா, நோம்பி வேற சீக்கிரம் வருது” என்று அந்த டிஸைன் காகிதத்தை அவன் கையில் திணித்தார்.

“நீ போய் பெரிய ஸ்தபதிய பாத்துச் சரியா விசயத்தைச் சொல்லு. சுகாசனதில இருக்கணும். முத்திரை அவசியமில்லை” என்று சொல்லி உயர்ந்திருந்த குரலைத் தணித்தார்.

“சரிங்க” மடித்து பாக்கெட்டில் வைத்துக்கொண்டு சட்டெனத் திரும்பி நடக்க ஆரம்பித்தான் பெரியப்பாவைப் பார்க்காமலேயே.

“நம்ம சாமி...” என்று ஏதோ சொல்ல வந்தவர் விஜயனின் நடை வேகத்தைப் பார்த்து நிறுத்திக் கொண்டார்.

2

திருவிழாவிற்கு இன்னும் ஆறு மாதங்கள் இருக்கிறது. அதற்குள் முடிக்க வேண்டுமாம். புதிதாய் வாங்கியத் தோட்டத்தில் உள்ள சாமி மீது பெரியப்பாவுக்குப் பைத்தியமே பைத்தியம்தான். தோட்டத்தின் வேலி ஓரத்திலிலுள்ள ஒரு மணற்திட்டின் மேல் ஒரு கல்லாகத்தான் ஆரம்பத்தில் இருந்தது. இப்போது அதைச் சுற்றி சுவர் எழுப்பி—யிருந்தார் பெரியப்பா. மேலே சிறிய கோபுரம்கூட வரலாம். எங்கள் மற்றொரு தோட்டத்தில் ஏற்கனவே இரண்டு இடத்தில் சன்னதிகள் இருந்தது. கன்னிமார் சாமிகள் ஏழு வெங்கச்சாங்கல்லாக வேப்ப மரத்தடியில் வீற்றிருந்தார்கள். காட்டு முனியும் அருகிலேயே. நானும் என் கூட்டாளியும் ஒருமுறை ஊர்களிலுள்ள அத்தனை சாமிகளையும் எண்ணினோம், மூன்று பேருக்கு தலா ஒரு சாமி இருந்தது. பெரும்பாலும் கருப்பு.

அதுயென்ன உக்காந்து கொட்டிக்கறது. எல்லோரும் என்ன நின்னுக்கிட்டா சாப்பிடுறாங்க? சொல்லப் போனால் இந்த வீட்டில் மிகக் குறைவாகச் சாப்பிடுவது ஆத்தாவிற்குப் பின் நான்தான்.

அன்று ஏனோ ஆத்தாவின் நினைவாகவே இருந்தது. மாடியில் படுத்திருந்தேன். பெரியப்பா வந்து படுக்கை விரித்தது தெரிந்தது. நான் அவருக்கு முதுகு காண்பித்துத் திரும்பிப் படுத்திருந்தேன்.

பெரியப்பா, “டேய்!”

“ம்ம்ம்”

“என்னடா கோவமா?”

நான் பதில் சொல்லவில்லை.

அவர், “”நானும் உனக்கு அப்பன்தான? அப்பன் திட்ட கூடாதா? நீதாண்டா எனக்குக் கொள்ளி போடப் போறவன். ஆத்தாவுக்கு நான் எப்படியோ அப்படிதாண்டா நீ எனக்கு.”

நான், “ஆமா பெரிய அப்பன், எப்பப் பாரு உக்காந்து சாப்பிடறான், உக்காந்து சாப்பிடறான்னு சொன்னா யாருக்குத்தான் கோவம் வராது” என்றேன்.

“நம்ம சாமிகூட சிட்டிங் சாமிதான்டா” என்றார். அவருடைய ஆங்கிலப் புலமை என்னைக் கொஞ்சம் தளர்த்தியது. லேசாகச் சிரித்துக் கொண்டேன்.

“என்ன இருந்தாலும் அப்பன்ல; ஆத்தாவும் என்ன அப்படித்தாண்டா பேசும்; ஆனா நான் ஆத்தாவ எப்படிப் பாத்துக்கிட்டேன் தெரியுமா?” என் முதுகிடம் சொல்லிக் கொண்டிருந்தார்.

“சும்மா பொய் சொல்லாதீங்க. ஆத்தாவ நீங்க கஞ்சா கிழவி, கிறுக்குக் கிழவின்னுதான் கூப்பிடுவீங்க.” திரும்பினேன்.

பெரியப்பா சிரித்தார், “ஆமா... ஆமா, நம்ம பெரிய பண்டாரம்தான சப்ளையர். ஆத்தாவுக்கு நீன்னா உசுரு. நாலு அடி உசரம்தான் இருந்தாலும் எட்டு குழந்த பெத்தவடா, தெய்வ ராசிக்காரி” பெருமூச்சு விட்டார், “அய்யன் தவறினதுல இருந்துதான்டா ஆத்தா அப்படி ஆனது. அப்பெல்லாம் ஆத்தா எப்படித் தெரியுமா? சும்மா சுபிக்ஷ ராசி. என்ன கெம்பீரம்.. என்ன தேஜசு, அத்தன பேரையும் ஒரு சொல்லு, ஒரு பார்வையில வேல வாங்குவா. அப்புறம்தான் இப்படி ஆயிட்டா. காவி சேலையும் கஞ்சாவும். கொஞ்சம் கொஞ்சமா கிறுக்கு ஏறி வந்துடுச்சு. பொதுவா அவ உண்டு அவ வேலையுண்டுனுதான் இருப்பா. பொக போட்டா மட்டும்தான் கிறுக்குக் கூடிவரும். ஊரு சாவடில படுத்துக் கிடப்பா, கெட்ட வார்த்த அள்ளி வீசுவா, சேலை கலைஞ்சு கண்றாவியா திரிவா. எப்போ ஊர் சாமி மேல கை வச்சு பேசிக்க ஆரம்பிச்சாளோ அப்பறம்தான்டா கட்டி வைக்க ஆரம்பிச்சோம். அன்னில்ல இருந்தே அவ மேல மிருக வாடை வர ஆரம்பிச்சுதுன்னு நினைக்கிறேன்.”

நான் “ம்ம்” கொட்டினேன். பெரியப்பா நினைவுகளில் சென்றார்.

“ஊரிலேயே இப்போ நம்ம வீடுதான் பெரிசு. அதனாலதான் நம்ம வீட்ட பெரிய வீடுன்னு கூப்பிடுறாங்க. பல தலைமுறைக்கு முன்னாடி ஏதோ ஒரு கிராமத்திலிருந்து கொலைக்குப் பயந்து அஞ்சு குடும்பங்கள் நம்ம நிலத்திற்கு வந்து தோட்டம் செஞ்சாங்க; அவுங்க கொண்டு வந்த ஒரு மொடா கூட நம்ம வீட்டுத் தென்புல அறையில இருக்கு. வருஷம் ஒருக்கா பொங்கல் வச்சு அதைக் கும்பிடுறோம். ஆத்தாவுக்கு மட்டும்தான் அதைத் தொடும் உரிமை இருக்கு.”

பெரியப்பா ஆகாயம் பார்த்துப் பேசிக்கொண்டிருந்தார்.

"ஆத்தா ஒரு தடி வச்சுருக்கும், நல்ல பாத்திருந்தீனா தெரிஞ் சிருக்கும் அது ஒரு உலக்கைன்னு. அது தேஞ்சு தேஞ்சு தடி மாறி ஆகிடுச்சு. அந்த உலக்கைக்கு வயசு முந்நூறாவது இருக்கும். ஆத்தா ஒரு பழைய உசுருடா; பெரிய உசுருடா; பத்து தலைக்கட்டுக்கு ஒருக்காதான் அப்படி உசுரு வந்து பொறக்கும்னு சொல்லுவாங்க." பெரியப்பா அப்படியே தூங்கிப் போனார்.

நான் நினைவுகளைப் புரட்டினேன். வீட்டிற்குத் தெற்குப்புறமாக மாட்டுத் தொழுவம் இருந்தது. தோட்டத்தில் ஆழ்துளை கிணறு அமைத்ததிலிருந்து மாடுகள் தோட்டத்திற்குக் குடிபெயர்ந்துவிட்டது. அந்தத் தொழுவம்தான் அப்போது ஆத்தாவின் வசிப்பிடம். தன் கயிற்றுக் கட்டிலை ஆத்தா அங்குக் கொண்டு போட்டதிலிருந்தே பெரியப்பா அவளுக்குத் தேவையான வசதிகளை அங்குச் செய்ய ஆரம்பித்தார். சிறிய அறை ஒன்று கட்டினார். ஆனால் ஆத்தா வெளியிலேயே படுத்துக் கொண்டாள். மாட்டுத் தொட்டியைப் பெரியப்பா வாரம் ஒருமுறை சுத்தம் செய்து தண்ணீர் நிரப்பியும் வைத்துவிடுவார். நேரம் தவறாமல் அம்மா சாப்பாடு கொண்டுபோய் வைத்துவிட்டு வந்துவிடுவாள். ஆத்தாவும் எப்போதாவது சமைப்பாள். தொழுவத்திற்குப் பக்கத்திலேயே விறகடுப்பு மூட்டி. அவள் சமையலை நானும் பெரியப்பாவும் மட்டும்தான் சாப்பிடுவோம்.

என்னை எப்போதும் விசிக்கண்ணு என்றுதான் ஆத்தா அழைக்கும். சில வருடங்களுக்கு முன்னால் எங்கள் வீட்டிற்கு மற்றொரு விசிக்கண்ணு வந்துசேர்ந்தது. எங்கள் வீட்டிற்கு மட்டுமல்ல ஊரிலுள்ள எல்லா வீட்டிற்கும் கண்ணன்குட்டி, ராசாதிக்குட்டி அருள்மணிக்குட்டி போன்ற பலதுகள். டொம்பர் மக்கள் எங்கள் ஊர் வளவிற்கு அருகில் குடிசையமைத்து ஒரு சைக்கிளில் நான்குவீதம் எடுத்துவந்து அதுகளை விற்றார்கள். சுத்த கரும் நிறமாக இருக்க வேண்டும். நல்ல குட்டிகளுக்குப் பெரும் கிராக்கி.

எங்கள் மூதாதையர்கள் யார்? எங்கிருந்து வந்தார்கள்? எந்தத் தெய்வங்களின் வாரிசுகள்? எந்தக் குலத்திடம் சண்டையிட்டார்கள்? அவர்கள் பூர்வீக நிலமென்ன? குல சடங்குகள் என்ன? போன்ற கேள்விகளுக்கு விடை எங்கள் குலதெய்வம் கருப்பண்ண சாமி வழிபாட்டுமுறைதான். குலதெய்வக் கோவிலருகே எங்களுக்கென்று இருபது செண்ட் இடம் பெரியப்பா வாங்கி வைத்திருந்தார். பக்கத்துத் தோட்டத்தையும் ஒன்றுசேர்த்தாற்போல் வாங்க வேண்டும் என்று அவருக்கு ஆசை. கோவில் திருவிழாக்கள் சமயத்தில்

அண்டை நிலத்தாரைப் போலவே எங்கள் நிலத்தையும் கோவில் பயன்பாட்டிற்குக் கொடுப்பார். பத்து வருடங்களிற்கு ஒருமுறை மட்டும் வரும் திருவிழாவிற்குப் பன்றியைப் பலியிடுவோம். அப்படித்தான் அந்த விசிக்கண்ணு குட்டியாக இருக்கும்போது எங்கள் வீட்டிற்கு வந்தது.

வீட்டிற்கு தெற்கே ஆத்தா இருக்கும் தொழுவம் இருந்ததால் வீட்டிற்கு வடபுறம் கோழிச்சாலுக்கு அருகே வேப்பமரத்தில் அந்தப் பன்றிக்குட்டியைக் கட்டிவைத்தார்கள். முதல்நாள் இரவன்று அடித்தொண்டையிலிருந்து ‘உய்ய்ய் உய்ய்ய்..’ என்று சப்தமெழுப்பிக் கொண்டே இருந்தது. யார் அதன் பக்கத்தில் போனாலும் கயிறில் கட்டுண்ட நிலையிலும் அங்குமிங்கும் ஓட முயற்சிக்கும். ஆரம்பத்தில் பார்க்கப் பாவமாக இருந்தது. நாட்கள் செல்லச் செல்ல பன்றிக்குப் பழக்கம் ஆயிற்று. அம்மா தினமும் தென்புறம் இருக்கும் ஆத்தாவிற்கும் வடபுறம் இருக்கும் பன்றிக்குட்டிக்கும் தவறாமல் சோறு வைத்தாள். பன்றி ஒழுங்காகச் சாப்பிட்டிருக்கும்.

நான் அதை அடிக்கடிப் போய் எட்டிப் பார்ப்பேன், பன்றி என் கண்களுக்கு அழகாக இருந்தது. அருகிலுள்ள மாயவன் கோவிலில் பெருமாளுடைய ஒன்பது அவதாரங்களின் படம் மாட்டியிருக்கும். அதிலுள்ள வராகவதாரம் நீல நிறத்தில் இருந்தது. பூமிப்பந்தை மூக்கில் ஏந்தியவாறு. பூமி உருண்டை என்பது அந்த வராகத்திற்கு அப்போதே தெரிந்திருந்தது. இந்த வராகத்திற்கு என்னென்ன தெரியுமோ. மதிய வெயிலில் அதைப் பார்த்தால் ஒரு சின்ன இருட்டுப் படுத்திருப்பதுபோல இருக்கும். பின்புறமாகப் பார்த்தால் மிகச்சிறிய யானை போலவும்; முன்பக்கமாகப் பார்த்தால் பெரிய எலியைப் போலவும் இருக்கும். ஒரு பந்தை அதை நோக்கி உருட்டிவிட்டால் அது செய்யும் சேட்டை சிரிப்பு வரும். என்னதான் அழகாக இருந்தாலும் அதையும் அதன் இடத்தையும் சுத்தமாக வைப்பதென்பது முகம் சுளிக்கும் வேலைதான். எங்கள் வீட்டுப் பெண்கள் ரொம்பவும் சுளித்தார்கள். பன்றிவாடை இல்லாமல் பார்த்துக்கொள்ள வேண்டும்.

மடமடவென்று வளர்ந்து வந்தது; ஊரையே பன்றிகள் ஆக்கிரமித்ததுபோல இருந்தது. ஆடுமாடுகளின் முக்கியத்துவம் குறைந்திருந்தது. மாட்டாஸ்பத்திரியில் பன்றிகளின் வரவே சிறப்பு கவனம் பெற்றது. ஊர் முழுவதும் பன்றி வாடை கமழ்ந்தது, அதன் கமறல்கள் ஆதிமந்திரம்போல் நீக்கமற நிறைந்திருந்தது.

“உய்ய்ய் உய்ய்ய் உய்ய்ய்”

"க்யாவ் க்யாவ் க்யாவ்"

"உர்ர்ய்"

நீர்க்கமான கீச்சுகள்.

சீற்றங்கள்.

ஆட்கள் கிடைக்காததால் பெரியப்பாவே பன்றியின் இடத்தைச் சுத்தம் செய்வார். பன்றியைக் குளிப்பாட்ட வாகனங்கள் கழுவும் ரப்பர் குழாயில் தண்ணீர் திறந்துவிட்டுப் பன்றிமீது காட்டுவார். "ஒரு கெடையில நிக்குதான்னு பாரு, அங்கயும் இங்கயும் ஓடிக்கிட்டு. டேய் விஜயா! பட்டி நாயும் தெரு நாயும் இத வம்பிழுக்காம பாத்துக்கோணும். நாலு நாய் சேந்துச்சுனா கொதறி எடுத்துடும். ஆனா பாத்துக்க! எந்தப் பன்னியும் செத்ததில்ல; லாரி பஸ்ஸில அடிபட்டுத் தூக்கிப் போட்டாலும் குண்டுமணி கணக்கா உருண்டு எழுந்து ஓடிடும். ஜீவன மண்ணுல ஊனி பொறந்ததுக. பழைய ஜீவனாகும்." பெரியப்பா சொல்லிச் சிரிப்பார்.

பன்றியைக் குளிப்பாட்டி முடித்தவுடன் அருகிலிருக்கும் காய்ந்த மண்ணை எடுத்து ஆத்தா பன்றி நெற்றியில் பூசுவாள். தன் நெற்றிமீதும் இடுவாள்; பின்பு பெரியப்பாவுக்கும் எனக்கும். பன்றியை நோக்கி இருகரம் கூப்பி "கருப்பா..." என்று சொல்லிவிட்டுத் தன் தொழுவத்தில் போய்ப் படுத்துக்கொள்வாள். ஆத்தாவுக்குப் பன்றி வந்ததிலிருந்து கிறுக்குத் தெளிவாகி வருவதாகப் பெரியப்பா சொன்ன நினைவு.

3

எங்கள் தோட்டத்துப் பட்டிநாய் இளைத்துகொண்டே வந்தது; ஆனால் பன்றியும் ஆத்தாவும் நன்றாகத் தேறிவந்தார்கள். பெரியப்பா பன்றியின் இடத்தைச் சுத்தம் செய்ய ரப்பர் பைப்பை எடுத்துக்கொண்டு வரும்போதே ஆத்தா வந்து அருகில் நின்றுகொள்வாள். ஒருமுறை தண்ணி பீச்சி அதன்மேல் அடிக்கும்போது கயிற்றைப் பிய்த்துக்கொண்டு ஓடிவிட்டது. பெரியப்பாவும் நானும் பின்னால் ஓடினோம்; ஆத்தா எங்களைப் பார்த்துக்கொண்டு நின்றாள். எங்குத் தேடியும் கண்ணில் படவில்லை. குளத்திற்கு அருகில் சுற்றுவதாகத் தகவல் வந்தது. நாங்கள் டொம்பர் மக்களுக்குச் சொல்லி வரவைத்தோம். அவர்கள் வலையுடன் வந்து பிடிக்க முயன்றார்கள். நாங்கள் குளத்தில் சுற்றுவதைப் பார்த்து நான்கு பக்கம் அணைந்தாற்போல் வலையிட்டுப் பிடிக்க முயற்சி செய்தோம். ஆனால் அது தப்பி கரட்டுக்குப் போகும் இட்டாலி

வழியாக ஓடிவிட்டது. கரட்டுக்கு ஓடினால் இனி அதைப் பிடிப்பது கடினம்.

தலையைக் கீழே போட்டவாறு “என்னடா இப்படி ஆயிடுச்சு” பெரியப்பா நொந்து கொண்டார். நான் கண்களில் வருத்தத்தோடு ஒரு அசட்டுச் சிரிப்பைச் சிரித்தேன்.

“ஏம்பா! அத புடிக்க முடியுமா?” டொம்பர் தலைவரைப் பார்த்து பெரியப்பா கேட்டார்.

“இனி அது போனது போனதுதான் சார்”

“வேற ஏதாவது குட்டி இருக்கு?”

“இப்ப ஒன்னும் இல்ல, சொன்னிங்கன்னா ஒரு வாரத்தில ஏற்பாடு செய்யறோம்”

“வேற என்ன வழி; சீக்கிரம் கெடச்சா தேவல”

நாங்கள் இருவரும் வீடுவந்து சேர்ந்தோம்; ஊரே எங்கள் வீட்டைப் பற்றித்தான் பேசியது. நாங்கள் கொண்டு வந்த சோகத்தை வீட்டாரின் மீதும் உரசினோம்; அது தகுந்த அலைவரிசையில் இயங்கியது. வீடே கனத்த அமைதியில் மிதந்தது. அந்த இறுகிய மூச்சடைக்கும் சோகம் வீட்டில் அருவமாக உலாவியது. ஆத்தா மட்டும் தொழுவத்தில் ஏதோ உருட்டிக் கொண்டு இருந்தாள். அவள் வேறு உலகத்தில் இருப்பதுபோலத் தோன்றியது எனக்கு. நாங்கள் அனைவரும் வீட்டுத் திண்ணையில் அமர்ந்திருந்தோம். ஆத்தா உலக்கைத் தடியை ஊன்றிக்கொண்டு கேட்டைத் திறந்து உள்ளே வந்தாள். எல்லோரும் அவளையே பார்த்தோம். வந்தவள் திண்ணையில் இருந்த பேட்டரி லைட்டை எடுத்துக்கொண்டு வெளியே சென்றாள்.

பெரியப்பா “ஏய் கெழவி” என்று உதடுகள் இறுகக் கத்தினார்.

நான் வெளியே ஓடிப் பார்த்தேன். ஆத்தா கரட்டை நோக்கி சென்று கொண்டிருந்தாள்.

நான் உள்ளே வந்து பார்த்ததைச் சொன்னேன்.

“போய் தொலையட்டும்” பெரியப்பா வெறுப்பாய் முனகினார்.

அடுத்தநாள் காலை “என்னங்க என்னங்க..” என்ற அம்மா பதற்றமாய்க் கத்துவதைக் கேட்டு எழுந்தேன். அப்பாவும் பெரியப்பாவும் தொழுவம் நோக்கி ஓடியதைப் பார்த்தேன்.

அவர்களின் பதற்றம் என்னைத் தொற்றவில்லையென்றாலும் குழப்பத்தில் நானும் எழுந்து ஓடிப்போய் பார்த்தேன்.

தொழுவத்தில் கயிற்றுக் கட்டிலில் ஆத்தா விலகிய காவிச்சேலையுமாக புழுதியடைந்த கால்களுமாக வலப்புறம் ஒருக்களித்துப் படுத்திருந்தாள். கட்டிலின் இடதுபுறம் அவளது உலக்கைத்தடி கிடந்தது. வலதுபுறம் எங்கள் பன்றி படுத்திருந்தது. இருவரும் தூங்கிக் கொண்டிருந்தார்கள். எனக்கு அவர்கள் எங்கிருந்தோ தூரகால தூரதேசத்திலிருந்து வந்தவர்கள் போலிருந்தது.

“ரெண்டும் வந்துருச்சு பாரு..” அப்பா பொதுவாகச் சொல்லிவிட்டு உள்ளே போனார். அம்மா பின்தொடர்ந்தார். பெரியப்பா மட்டும் ஆத்தாவின் கால்கள் அருகே நின்றிருந்தார். நான் அவரைக் கவனித்தேன். ஆத்தாவின் செம்புழுதி படர்ந்த கால்களை வருடினார். அவரது தொண்டை மேலும்கீழும் ஏறி இறங்கியது. முகத்தை அந்தப் பக்கம் திருப்பிக்கொண்டு உள்ளே சென்றார்.

நான் கயிறு எடுத்துவந்து பன்றி கழுத்தில் கட்ட எத்தனித்தேன். ஆத்தா அரைத்தூக்கத்தில் என் கையைத் தட்டிவிட்டுச் சொன்னார் “விசிக்கண்ணா.. கட்ட வேண்டாம்”. அன்றிலிருந்துதான் அதை விசிக்கண்ணு என்று அழைக்க ஆரம்பித்தார்கள்.

அந்தக் கட்டவிழ்ந்த வராகம், கட்டற்ற மிருகம் ஆத்தாவின் காலடியிலேயே கிடந்தது. அது ஆத்தாவைவிட்டுக் கணநேரமும் விலகாமலிருந்தது. ஆத்தாவின் பக்கத்தில் யாரையும் அது விடுவதில்லை. அது எருமையின் கருணையும் நாயின் சேட்டையும் அமையப் பெற்றவை போலிருந்தது. குணத்தில் பசுவிற்கும் நாய்க்கும் இடைப்பட்டதுமாக. தொழுவத்தின் ஓரத்தில் இருவரும் ஒரு ஜீவனென இருந்தார்கள். வறட்டியும் வாடையுமாக.

வழக்கங்கள் திரும்பியிருந்தது. ஆனால் அம்மா விசிக்கண்ணுக்குப் போடும் உணவு ஆத்தாவுக்கு அவ்வளவாக ஒப்பவில்லை. பழையதும் புளித்ததும். அவளுடைய பங்கும் வராகத்திற்குப் போதவில்லை. ஆத்தா தினமும் அவளே சமைக்க ஆரம்பித்தாள். முதலில் வெறும் சோறு, பின்பு பருப்பு குழம்புகள் அடுத்ததாகப் பொங்கல் கீரைகள். நாட்கள் செல்லச்செல்ல வராகம் தனக்கான விருப்ப மனுவை ஆத்தாவிடம் ரகசியமாகச் சொல்லியதோ என்னவோ; ஆத்தா இட்டிலிக்கு மாவாட்டினாள். இருபது வருடம் நின்றுபோன செக்கில். நானும் பெரியப்பாவும் சொல்லிவைத்தாற்போல காலையில் தட்டை தூக்கிக்கொண்டு தொழுவத்திற்குப் போவோம். அன்னப்பூரணி

மனித மிருக பேதமின்றி கும்பி நிரப்பினாள். செக்கில் ஆட்டிய சட்டினிகள். ஈயப்பாத்திரத்து அவியல்கள், மண்சட்டி வணக்கல்கள், தொவையல் தீயால். இன்னும் பெயர் தெரியாத நூற்றாண்டு வகைகள். சோளக்கூழில் பழைய சோற்றைக் கணக்காகக் கலந்து வெந்தயக் கீரையை வரமிளகாயோடு நல்லெண்ணெயில் பக்குவமாய் வணக்கி சரியாக உப்பு சேர்த்து அம்புலி ஒன்று தயாரிப்பாள்; "உக்காந்து சாப்பிடறான் பாரு" என்று யார் என்னை எப்படித் திட்டினாலும் பரவாயில்லை. கேப்பைக்கூழ் கம்மன்சாரரும் முருங்கை குழம்பும் அடுத்தபடிகள்.

வராகம் பெரிதாக ஆக ஆத்தா பூரித்தாள். அவள் எப்போது அந்த உலக்கைத் தடியை விட்டாள் என்று எங்களுக்குத் தெரியவில்லை. கூன் நிமிந்திருந்தாற்போல் பட்டது.

எங்குச் சென்றாலும் அவர்கள் இருவரும் சேர்ந்தே சென்றார்கள். ஆத்தாவிடம் விளையாடி மகிழும். பின்னங்கால்களால் உந்தி முன்னங்கால்களைக் கொண்டு ஆத்தாவின் கைகள்மேல் ஏறும். ஆத்தா பலம்பொருந்தாமல் கீழே சாய்ந்து சிரிப்பாள். அவள் உடல் முழுவதும் கீறல்களும் காயங்களும். அவள் கண்டுகொள்வதாக எனக்குத் தெரியவில்லை. கோழி கூப்பிடுகையில் தொழுவத்தில் இருவரும் ஏதோ உருட்டுவார்கள்; உச்சிப்பொழுதில் காலமற்ற கற்குண்டுகள்போல் அமர்ந்திருப்பார்கள்; சாமத்தில் 'உய்ய்ய் உர்ர்ர், க்யாவ்' என சம்பாஷித்திருப்பார்கள். இருவருக்குமிடையே புது பாஷைத் துலங்கி வந்தது. பூத கணங்கள் போலிருப்பார்கள்.

பன்றித் திருவிழாவும் நெருங்கி வந்தது.

4

நாளை திருவிழா; இன்றே என்னைப் போன்ற கடைநிலை குடும்பத்தினர் குலதெய்வக் கோவிலுக்குப் போய் கோவில் நிலங்களில் இடம்பிடித்துப் பந்தல் அமைக்க வேண்டும். குடும்ப முக்கியஸ்தர்கள் நாளை வருவார்கள். அதிமுக்கியஸ்தர்கள் எல்லாம் முடிந்த பின்பு வருவார்கள். டெம்போ அதிகாலையே வந்திருந்தது. ஒரு சமையற்காரர், இருண்டு பெண் ஆட்கள், ஒரு எடுபிடிப் பையன். விறகுகள், காஸ் சிலிண்டர், அடுப்பு, பெரியவகைப் பாத்திரங்கள், கரண்டிகள், அரிசி மூட்டை, சின்ன மற்றும் பெரிய வெங்காயப் பை. அரைத்த மசாலாக்கள். உறை குத்த பால், வாழையிலைக் கட்டுகள், அரிவாள் மனைகள் கத்திகள், தேங்காய்கள், ஐமுக்காளம் என்று எல்லாம் ஏற்றியாகிவிட்டது. இரண்டு மட்டும் பாக்கி. வராகமும் ஆத்தாவும்.

எனக்கும் பெரியப்பாவிற்கும் ஒருவித பதற்றமிருந்தது. ஆனால் ஆத்தாவும் வராகமும் வழக்கம் போலவே இருந்தார்கள். தப்பி ஓடும் எண்ணமிருக்குமோ ?

பெரியப்பா தொழுவத்திற்குப் போய் "நேரமாவுது !" என்றார்.

கயிற்றுக் கட்டிலில் படுத்திருந்த ஆத்தா எழுந்து முன்செல்ல வராகம் பின்தொடர்ந்தது. அருகில் வந்து நின்றார்கள். நான் ஏற்கனவே தடிமனான நீண்ட பலகையை டெம்போவில் ஏறுவதற்குத் தோதாக சாற்றி வைத்திருந்தேன். ஆத்தா டெம்போவை நோக்கி விரல் காண்பித்தாள். வராகம் பலகை மேல் ஏறியது. நானும் பெரியப்பாவும் முட்டுக்கொடுக்க வராகம் டெம்ப்போவில் ஏறி ஓரத்தில் போய் படுத்துக்கொண்டது. ஆத்தாவையும் கைத்தாங்கலாக ஏற்றிவிட்டோம். நானும் பின்புறம் ஏறிக்கொண்டேன். வண்டி கிளம்பியது.

எங்களுக்குள் உள்ள மௌனம் மற்றொரு ஆள் போல இறுக்கமாக அமர்ந்திருந்தது. எந்நேரமும் அந்த மௌனம் எழுந்து என்னிடம் ஏதாவது சொல்லிவிடுமோ என்று பட்டது. கோவிலுக்குச் செல்லும் அந்த சிறிய பயணம் நெடுநேரமானது எனக்கு.

5

நடுச்சாமம் இருக்கும். ஒலிபெருக்கியில் கேட்டது.

"இதுனால என்னனா இன்னும் சற்று நேரத்தில் மொதோ பன்னியா நம்ம கோயில் பன்னி கெழக்கு பக்கமா இருக்க பலி போடற எடத்துல வெட்டப்படுது; அத தொடர்ந்து எல்லாரும் அவுங்கவுங்க பன்னிய பலி போடற எடத்துக்குக் கூட்டி வாங்க. கோயிலைச் சுத்தி அஞ்சு எடத்துல ஏற்பாடு செஞ்சிருக்கோம், அதனால எல்லாரும் ஒரே எடத்துக்கு வர வேண்டாம். எது பிரீயா இருக்கோ அங்க போங்க."

நான் வராகத்தைப் பார்த்தேன் அது மரத்தில் கட்டி வைக்கப்பட்டிருந்தது. ஆத்தாவைத் தேடினேன் அவள் பார்வைக்கு அகப்படவில்லை. இன்னும் நேரமிருந்தது. கோவிலைச் சுற்றிப் பல பந்தல்கள்; ஒவ்வொரு பந்தலருகிலும் ஒரு டெம்போ; அருகிலேயே அதற்கான சமையல் சாமான்கள். எல்லா இடத்திலும் டியூப் லைட்டுகள். கார்கள் நிறுத்தி வைக்குமிடங்கள்; பலூன்காரன், சாமத்து ஐஸ்பெட்டிக்காரன், தின்பண்டம் விற்பவர்கள் இன்னும் யார் யாரோ.

இம்முறை பலிபீடம் எங்கள் இருபது செண்ட் நிலத்திலும் அறங்காவலர்கள் அமைத்திருந்தார்கள்.

“ப” வடிவிலான தடிமனான கல் பலகையைப் பலிபீடமாக நட்டு வைத்திருந்தார்கள். கட்டி இழுத்துவரும் பன்றியின் கழுத்தை அதில் வைத்து, கனமான அருவாளால் தலை துண்டாகும் வரை வெட்டுவார்கள். இரத்தம் வழியெங்கும் ஓடும்.

கோவில் பன்றியை வெட்டும்போது பெரிதாக எங்கள் பந்தலிலிருந்து எதுவும் கேட்கவில்லை. அதைத் தொடர்ந்து சிலர் வெவ்வேறு பலி பீடங்களுக்குத் தங்கள் பன்றியைக் கட்டி இழுத்தும் கால்களை முடக்கித் தூக்கியும் சென்றனர். சிலர் தங்கள் பன்றியை டெம்போவின் அருகிலேயே அவரவர்களாக அறுத்துக் கொண்டனர். அந்த நிலப்பரப்பே பன்றியின் ஓலம் நிரம்பி வந்தது. அறுபடும் பன்றிகள் துடிக்கும்; இரண்டொருவர் பன்றியைப் பிடித்து அழுத்துவார்கள்; அறுப்பவன் கை பாதியில் ஓயும்; பாதி அறுபட்ட பன்றி கண்சிமிட்டி ஓலமிடும், எழுந்து ஓட முயற்சிக்கும். சிலதுகள் ஓடி விழும். சூடான இரத்தம் தெறிக்கும்; கால்களை நனைக்கும். ஓலமும் இரத்த வாடையும் மனித ஆதி இச்சைக்கு வலு சேர்க்கும்.

ஆத்தா இருட்டுக்குள் இருந்து வந்து நின்றாள். பெரியப்பா “போலாம்” என்றார்.

கயிற்றை அவிழ்த்துவிட்டு ஆத்தா பலி பீடம் நோக்கி நடந்தாள். வராகம் ஓடிச்சென்று ஆத்தாவிடம் சேர்ந்துக் கொண்டது. நானும் பெரியப்பாவும் தாமதிக்காமல் பின்தொடர்ந்தோம். ஆத்தா எந்தச் சலனத்தையும் காட்டிக்கொள்ளாமல் நடந்தாள்; வராகம் பசுபோல துணை சென்றது. எங்களை ஏமாற்றி தக்க சமயத்தில் இருவரும் தப்பிவிடுவார்களோ? அத்தா வராகத்தின்மீது சவாரியிட்டு குதிரை வேகத்தில் பறந்து விடுவாளோ? நாளை விருந்தினர்கள் வந்துவிடுவார்கள். கடைசி நேரத்தில் மாற்று பன்றிக்கு எங்குச் செல்ல? இல்லை.. இல்லை, அவர்கள் பலி பீடத்துத் திசையில்தான் செல்கிறார்கள்.

பலி பீடம் வந்தாயிற்று. அது எங்கள் இடம். பதற்றம் தொற்றிட்டு; மூச்சு கனத்தது; ஏதோ ஆகி விடுமோ? எல்லாம் சரியாக நடக்க வேண்டும்.

பூசாரி எங்களுக்குப் பின்வருபவர்களைப் பார்த்து பொதுவாக சொன்னார் “இதுதான் இங்க கடைசி. மத்தவங்கெல்லாம் கிழக்கு பக்கம் போங்க... கிழக்கு பக்கம் போங்க...”

பூசாரி எங்களை வரச்சொல்லி கை அசைத்தார். அத்தா முன்சென்று பலி பீடம் நோக்கி விரல் காண்பித்தாள். வராகம் அருகில்

சென்றது. அதிசயத்தைப் பார்த்த இருவர் அதன் பின்னங்கால்களைப் பிடித்து இழுத்து காதோடு தலையைப் பிடித்து "ப" போன்ற அந்தக் கல்லில் வைத்தார்கள். நான் கடைசியாக அதைத் தொட்டுப் பார்க்க வேண்டும் என்று நினைத்தேன். முண்டாசு கட்டிய ஆயுதம்தாங்கி ஒருவர் இயங்கினார்; கனவு போல நடந்து முடிந்தது. எங்கள் வராகம் இரு துண்டுகளாக. முண்டம் பதறி அடங்கியது.

ஆத்தா ஏதோ அகால வெளியைப் பார்த்து கைகூப்பி நின்றிருந்தாள்.

பூசாரி வராகக் குருதியை எங்களுக்கு ஆக்கினையில் திலகமிட்டார். ஒரு சாக்கில் இரண்டு துண்டுகளையும் சுற்றி, குட்டியானை ஆட்டோவில் ஏற்றினோம். பெரியப்பா "நாம முன்னாடி போவோம்" என்றார். ஆட்டோ கிளம்பியது; நான் ஆத்தாவைத் திரும்பிப் பார்த்தேன். ஆத்தா நின்று கொண்டிருந்தாள்.

6

சுமார் ஐநூறு பழிகளாவது இருக்கும். எல்லோரும் பழி முடிந்து அவரவர் பந்தலுக்குப் போய்விட்டார்கள். அடுத்த நாள் காலை— யிலிருந்தே சமையல் ஆரம்பமானது. எங்கும் ஜனக்கூட்டம். ஒருமூலையில் பறையிசை, மறுமூலையில் கரகாட்டம், ஒரு மூலையில் வானவேடிக்கை மறுமூலையில் ஓய்ந்திருந்த நாடகம். பூசைகள் முடிந்து மதியம் பந்தி ஆரம்பமானது. பல ஆயிரம் தனி நிகழ்வுகளாக நடந்த திருவிழா ஒரு ஆடல்போல நடந்தேறியது. எல்லாம் விமர்சையாக நடந்தும் முடிந்தது.

ஜனக்கூட்டம் கொஞ்சம் கொஞ்சமாகக் குறைந்து வந்தது. வீட்டார்கள் எல்லோரும் சாப்பிட்டாயிற்றா என்று பெரியப்பா கேட்கும்போதுதான் நாங்கள் உணர்ந்தோம் ஆத்தாவைக் காணவில்லை. "அரைகிறுக்கு போதை தெளிவானா அதுவே வந்துரும்" என்று அப்பா சொல்ல பெரியப்பா முறைத்துப் பார்த்துவிட்டு ஆத்தாவைத் தேட ஆரம்பித்தார். நானும் சேர்ந்து கொண்டேன். எங்குத் தேடியும் கிடைக்கவில்லை. இருட்டி வந்ததால் முதலில் வீட்டாரை ஊருக்கு அனுப்பி வைத்தார் பெரியப்பா.

மைக் செட்டில் சொல்லலாம் என்று நாங்கள் இருவரும் சென்றோம்.

பெரியப்பா, "தம்பி ஒன்னு அனௌன்ஸ் பண்ணனும்" மைக் செட் பொடியனிடம் சொன்னார்.

பொடியன், "சொல்லுங்க சார்"

"ஒரு வயசான அம்மாவ காணல. காவி சேல போட்டிருக்கும்"

பொடியன் எழுந்தான். "எல்லாரும் அங்கதான் சார் போ—யிருக்காங்க"

"என்ன; எங்க?"

"ஒரு ஆத்தா நின்னுகிட்டிருக்கு"

பேயறைந்தது எங்களுக்கு.

எங்கள் அந்த இருபது சென்ட் இடத்திற்குப் பெரியப்பா ஓடினார். நானும் பின்னாலேயே ஓடினேன். கூட்டத்தை விலக்கிக்கொண்டு பார்த்தோம். ஆத்தா நின்று கொண்டிருந்தாள்.

கூட்டம் ஐம்பது அடிகளாவது விலகிதான் நின்றிருக்கும். அவள் அருகில் யாருமில்லை. எங்களுக்கு அவள் முதுகுதான் தெரிந்தது. அந்தக் காட்சியைப் பார்த்த பெரியப்பா சற்று தள்ளாடி முகம் இறுகிக் கண்ணீர் சொரிந்தார். கைகளை மேல்முகமாக ஆகாயத்தைப் பார்த்து ஏந்தி "அம்மா... அம்மா..." என்று கதறியவாறு அருகில் சென்றார். நான் செய்வதறியாது அவர் தள்ளாடிச் செல்வதைப் பார்த்துப் பயந்து பின்னாலேயே நின்று விட்டேன்.

கால்கள் இடற கண்ணீரோடு கதறிக்கொண்டே ஓடி ஆத்தாவின் முன்சென்று நின்றார். ஒரு கணம் முகம் நோக்கினார். உக்கிரம் தாங்காதவர் போல் இரண்டு அடி பின்னோக்கி சென்று கண்கள் சுழன்று அலங்கோலமாக முதுகு மண்ணில் பட விழுந்து மூர்ச்சையானார். நான் அவரிடம் ஓட எத்தனித்தேன்; அருகிலிருந்த ஒருவர் என் கைகளை இறுகப் பற்றி "வேண்டாம்பா, சாமி உன்னயும் அடிச்சுடும்" என்று சொன்னபோது ஒருவாறாக எனக்கு விளங்க ஆரம்பித்தது.

அவள் நின்றுகொண்டேதான் இருந்தாள். நிரஞ்சனா நதி சாக்கியன் போல.

7

வான் இளம் மஞ்சலாய் பூத்தது. நாகமொன்று அவளின் பாதம் சுற்றி வந்தது. எலிகளும் கீரிகளும் முயல்களும் இடும்புகளும் தத்தம் வளைகளில் இருந்து வெளியே வந்து ஆடின. காகம் குருவி கொக்கு குருகு காட்டுச்சேவல் மயில் மைனா பாடி மகிழ்ந்தன. இனமறியா புட்கள் வானில் வட்டமடித்தது. சுனை ஒன்று கொப்பளித்தது. மனிதர்கள் கனமற்று இருந்தார்கள்.

ஆக்கினை ஒன்று அசைந்தது.

அடிமுதுகில் சட்டென ஒரு மின்சாரம் அடித்துப் பின்மண்டையில் முடிந்தது. உலகம் தெளிவானது. இருப்புணர்ச்சி உடல் எல்லையை உடைத்து எல்லாத் திக்குகளிலும் வெடித்துச் சிதறியது.

பூரணம் நிகழ்ந்தது.

வீரன் வணங்கினான். மாடன் அண்ணாந்து பார்த்தான். முனி பணிந்தான். கருப்பு தெண்டனிட்டான். தூரகால பத்தினி ஒருத்தி விழி திறந்து மூடினாள். நூறுவருட மொட்டு ஒன்று மலர்ந்தது.

அவளின் உடலில் சிறு அசைவு தென்பட்டது. எங்கள் எல்லோரது கவனமும் நேர் கோடென அவளின்மீது இருந்தது.

கால விழி திறந்தாள், திரும்பினாள்; ஒரு பார்வை பார்த்தாள்.

அருகிலிருக்கும் மணற்திட்டின் மேல் கடைசியாகச் சென்று அமர்ந்தாள்.

வானின் பிரஜை

சரியாக மூன்று வருடங்களுக்கு முன்புதான் என் அப்பா பட்டாம்பூச்சியாக மாறிப்போனார். மாறிய கையோடு காற்றில் கலந்து மறைந்தும் போனார். எனக்கும் அவருக்குமான இடைவேளை பல ஒளி ஆண்டுகளாக ஆகிப்போனது. மறைந்து போனவர் சிலவற்றை விட்டும் சென்றிருந்தார். சில கடன்களை, பல சொத்துக்களை. அதனால் பெரிய இழப்பு ஒன்றுமில்லை. அவர் விட்டுச்சென்ற வேறொன்று இத்தனை நாள் மறைந்திருந்தது. இப்போதுதான் வெளிவந்தது. அது ஒரு தவிப்பு. அணையாத தீச்சுடர் போலான பரிதவிப்பு. இதோ இந்த டாக்டர் முன் அமர்ந்திருக்கும்போதுகூட நான் அறிந்திருக்கவில்லை. இனி வரும் நாட்கள் இப்படி மாறிப்போகும் என்று.

இடது கை மேற்புறம் வீங்கிய கொப்பளங்களுடன் இந்தக் கிளினிக்குக்கு வந்தேன். கண்களால் அளந்து பார்த்த டாக்டர் கையுறையை மாட்டிக் கொண்டார். கொப்புளங்களை நீவிப்பார்த்துப் பிதுக்கினார். நான் அவர் முக உணர்ச்சிகளையே பார்த்துக் கொண்டிருந்தேன். மெல்லிய கணநேர கீற்றென ஒரு அருவருப்பான சுளிப்பு அவர் கண்களில் தோன்றி மூக்கு வழியாக இறங்கி உதட்டுக்

கோணலாக முடிந்தது. ஏனென்று தெரியாமலேயே என் அகம் அதை படம்பிடிக்கப் புறம் அதைப் பிரதி செய்தது. அவர் பழக்கப்பட்ட சகஜ பாவனைக்கு மீண்டார், நான் அந்தப் பிரதியிலேயே நின்றேன்.

"ம்ம்ம்..." என்று உறுமி ஒரு முடிவுக்கு வந்தார். பெட்ரோலியம் ஜெல்லி என்ற களிம்பை எடுத்து கொப்பளங்கள் மீது தடவினார். காற்று புகாதவண்ணம் அதை இறுகக் கட்டினார்.

"என்ன ஆச்சுங்க?" என்று கம்மலாகக் கேட்டேன்.

அவர் ஒன்றும் பேசாமல் ஃபோர்செப்ஸை ஸ்டெரிலைஸ் செய்தார்.

"சார்..."

"சமீபமா எங்கயாவது போனீங்களா?"

நான் "பெருசா எங்கேயும் இல்லீங்களே" என்று சொல்லிவிட்டு யோசித்தேன். "வீடு, கடை அவ்வளவுதான்."

என் கையின் மேற்புறம் இட்ட கட்டு இறுகி வந்தது.

"வீடு எங்கே இருக்கு? ஏதாவது தோட்டங்காட்டுக்கு உள்ளேயா? அங்க ஏதாவது பட்டாம்பூச்சி, தேனீ, ஈ அந்தமாதிரி தொந்தரவு ஏதாவது இருக்கா?"

புரியாதது போலவும் இல்லை என்பது போலவும் தலையசைத்தேன்.

அந்தக் கட்டை தொட்டு "இந்த இடத்தில ஏற்கனவே புண்ணு இருந்துச்சா?" என்று கேட்டார்.

"ஆமாங்க டாக்டர். அது சும்மா கீறல்தான். ஆனா கொஞ்சம் ஆழமா."

கொப்புளங்களுக்கு உள்ளே ஏதோ குடைந்தது. ஊர்ந்தது.

"இருங்க காமிக்கிறேன்" என்றவாறு கட்டை அவிழ்த்தார்.

அதற்குள்ளாகவா என்று யோசித்தேன்.

கொப்புளங்கள் வீங்கிச் சிவந்திருந்தது. அதன் நுனி வெடித்திருந்தது. ஏதோவொன்று கொப்புளங்களுக்குள் இருந்து அதன் தோற்றுவாய் வழியாக உமிழ்நீர் போல வெளித்தள்ளியது.

இம்முறை நான் முகம் சுளித்தேன்.

"டாக்டர்; பொறுங்க.. இதுக்கே இப்படின்னா?"

ஒரு கையில் கொப்புளங்களை லேசாகப் பிதுக்கி மறுகையில் அந்த இடுக்கிப் போலுள்ள ஃபோர்செப்ஸைக் கொண்டு கொப்புளங்களின் தோற்றுவாய்க்குள் விட்டு அதை இழுத்தார். அது ஜவ்வு போல வெளியே வந்தது. அதை மேஜை மேல் உள்ள ட்ரேயில் போட்டார். அது கீழே கிடந்து நெளிந்தது. என் வயிற்றிலிருந்து அமில நீர் கிடுகிடுவென மேலே வந்ததை கட்டாயப்படுத்தி உள்ளே அழுத்தினேன்.

புழு.

“சார்! என்ன சார் இது!!”

“இது லார்வா. ஏற்கனவே இருந்த காயத்தின் மேல ஏதோ ஒரு பூச்சி முட்டை வச்சிருக்கு. அது உங்களுக்குள்ள வளர்ந்துட்டு இருந்திருக்கு. காயம் ஆச்சுன்னா டிரீட்மெண்ட் எடுக்கணும். கண்டுக்காம விட்டா இப்படித்தான். இருங்க இன்னும் முடியல”

அவர் மீண்டும் என்னுள் நுழைந்து மேலும் இரண்டு புழுக்களை எடுத்துப்போட்டார்.

மீண்டும் மேலெழுந்து வந்த அமில நீரை வெளியே ஓடிச்சென்று கக்கினேன். அப்பாவின் ஞாபகம் வந்தது.

சுத்தம் செய்துகொண்டு உள்ளே வந்தேன். உபகரணங்கள் எடுத்துக் கொடுக்கும் பெண்மணி தண்ணீர் கொண்டுவந்து தந்தாள். உள்ளே ஏதாவது இருக்கிறதா என்று ஒருமுறை பார்த்துவிட்டு அருந்தினேன்.

அந்த டிரேவில் உள்ள புழுக்களை ஒருமுறை பார்த்தேன். அது உயிரற்ற கிடப்பது போலிருந்தது. டாக்டர் ஏதேதோ சொல்லிக்கொண்டும் கேட்டுக்கொண்டும் இருந்தார். எனக்கு ஒன்றும் விளங்கவில்லை. என் பார்வையை அவற்றின் மீதிருந்து விலக்குவதுமாகப் பதிப்பதுமாக இருந்தேன்.

பொருண்மயாக வெளியே வந்தவை சூட்சுமமாக என்னுள்ளே சென்று கொண்டிருந்தது.

பார்வையைத் திருப்பி டாக்டரை பார்த்தேன். டாக்டர் என்னைப் பார்த்துவிட்டு அந்த அம்மாவைப் பார்த்து கண்களால் ஏதோ சமிக்ஞை செய்தார். அவள் அந்த டிரேயை எடுத்துக்கொண்டு வெளியே உள்ள பூந்தோட்டத்திற்குச் சென்றாள். டாக்டர் என் கொப்புளங்களைச் சுத்தம்செய்து கட்டுப் போட்டுக் கொண்டிருந்தார். நான் அவற்றைப் பார்க்காமல் திரும்பிக் கொண்டேன். வெளியே

அந்த அம்மாள் சிறிய குழி ஒன்றைத் தோண்டி அந்தப் புழுக்களை உள்ளே போட்டு மூடிக்கொண்டிருந்தாள்.

புதைக்கிறாளா நட்டுவைக்கிறாளா ?

கொப்புளங்களைப் பிளந்து புண்ணாக்கி சுத்தம் செய்து மருந்திட்டுக் கட்டுப் போட்டார். எனக்கு அப்பாவின் புழுக்கள் ஞாபகம் வந்தது. அவை என்னுடைய புழுக்களைவிடச் சிறியவைகள். ஆனால் உயிர்ப்புடையவைகள். இப்படிச் செத்ததுபோல் கிடைக்காது.

அதை நினைக்கும்போது மூச்சு கனத்து வந்தது. சட்டென்று போனை எடுத்து அதன் பக்கங்களைத் திருப்பி அப்பாவுடைய புழுக்களின் படங்களை எடுத்து டாக்டரின் முகத்துக்கெதிரே நீட்டினேன்.

“டாக்டர் ! அப்பாவுக்கும் இந்தப் பிரச்சனை இருந்திருக்கு. இங்க பாருங்க..”

அவர் கையைச் சுத்தம் செய்து கொண்டு வந்து போனை வாங்கி உற்றுப் பார்த்தார்.

“இது லார்வா மாதிரி தெரியலையே.”

நான் போனை வாங்கி மீண்டும் பல பக்கங்களைத் திருப்பி அப்பாவுடைய பழைய ரிப்போர்ட்டை அவருக்குக் காண்பித்தேன்.

அவரும் கொஞ்சம் ஆர்வமாகச் சற்றுநேரம் போனை முறைத்துப் பார்த்துக் கொண்டிருந்தார். “இது ஒருவகை கிருமி. உங்க பிரச்சினை வேற. ஏன் இவ்வளவு சீரியஸ் ஆகற வரைக்கும் விட்டீங்க? அவரோட கிருமிகள் முத்தி புழுக்களை உண்டாகிடுச்சே.”

அடுத்தடுத்த பக்கங்களைப் புரட்டினார். அதில் கடைசி பக்கத்தில் அப்பாவின் புண்கள் அழுகிய நிலையிலும் அதிலிருந்து ஒரு புழு வெளிவரும் நிலையிலும் இருந்தது. அதைப் பார்த்துவிட்டுப் போனை என்னிடம் நீட்டியவாறு, “ஏன் இந்தக் கண்டிஷனுக்கு விட்டீங்க? என்ன ஆச்சு ?” என்றார்.

“சார்... அவர் ஒரு சாமியார்மாதிரி சார்.”

“ஓ...” என்றவாறு லேசாகச் சிரித்துவிட்டு, “அவரது வேற, உங்களுக்கு வேற. உங்களுக்கு லார்வா; அவருக்கு இன்பெக்சன்.”

"ஆமா சார்... அவர் கடைசிவரைக்கும் என் பேச்சைக் கேட்கவே இல்லை. கடைசி நேரத்தில் எப்படியோ அட்மிட் பண்ணினோம். ஆன்டிபயாடிக்ஸ் கூட வேலை செய்யல. குணப்படுத்த முடியாத அளவுக்கு ரத்தத்துல கலந்திடுச்சு."

"ஒன்னும் பயப்பட வேண்டாம். யூ ஆர் ஆல்ரைட்" என்று சொல்லி என்னை அனுப்பி வைத்தார். வீடு வரும்வரை எல்லாம் புழுக்களே. என் புஜங்களில் இருந்து வெளியே வந்த புழுக்கள் மீண்டும் என் எண்ண அடுக்குகளில் போய் அமர்ந்து இருந்தன. என் தலையில் நீந்தின; மூக்கில் ஊர்ந்தன; கண்களில் மிதந்தன; தொண்டையில் சுருண்டன; வயிற்றில் இறங்கின. ஐயோ என்னென்னமோ செய்தன. வழி நெடுகிலும் எச்சில் துப்பிக்கொண்டே வந்தேன்.

வீடு வந்து கதவை அடைத்துக் கொண்டேன். ஒரு சின்ன விடுதலை. வீடு அலங்கோலமாக இருந்தது. அம்மா இருக்கும்வரை வீடு அழகாய் இருந்தது. அப்பா இருக்கும்வரை ஏனோ இருந்தது. இப்போது பீடை பிடித்திருக்கிறது.

அவசர அவசரமாகச் சுத்தம் செய்தேன். பழைய சாமான்களை வெளியே வீசினேன். ஏறக்குறைய அனைத்தையுமேதான். சமையலறையை மூன்றுமுறை சுத்தம் செய்தேன். கழிவறையை நான்குமுறை. எல்லா அறைகளும் சுத்தம். நக்கி எடுக்காத குறை மட்டும்தான். இனி கிருமிகளும் இல்லை புழுக்களும் இல்லை.

"முருகா...."

இரண்டொரு நாட்களில் எச்சில் துப்புவது நின்றிருந்தது. யோசித்துப் பார்க்கையில் அப்பாவும் இப்படித்தான் துப்பிக் கொண்டிருந்தார். அவரிடம் ஒரு பீங்கான் இருந்தது. அவர் துப்புவதை நிறுத்தி விழுங்க ஆரம்பிக்கும்போது முற்றிலுமே புழுவாக மாறியிருந்தார். அவர் புழுவாக மாறியிருந்தது எங்களுக்கோ ஏன் அவருக்கோ வெகுகாலம் தெரிந்திருக்கவில்லை. ஒருநாள் அவருக்குத் தெரிந்திருக்கக் கூடும். அதனால்தான் என்னவோ பட்டாம்பூச்சியாக மாறி எங்களைவிட்டுப் பிரிந்து சென்றார்.

அப்பாவுக்கு வலி சகிப்புத்தன்மை அதிகம். அவரது வலிகளுடன் அவர் சமரசம் செய்து கொண்டவர். அம்மா இருக்கும்போது அவரை மகரிஷி என்று கிண்டல் செய்த ஞாபகம். ஒருமுறை வெளியே சென்றவர் பாதங்கள் முழுவதும் இரத்தக் கறையுடன் வந்து நின்றார். "எதுத்தாப்புல வந்த வண்டி இடிச்சிருச்சு. சுண்டுவிரல் பிஞ்சு

தனியா வந்துருச்சு.” என்று கையில் வைத்திருந்து சுண்டுவிரலைக் காண்பித்தார். அவரை மருத்துவமனைக்கு அழைத்துச் செல்லும் எனது மன்றாட்டலைச் சிரித்தவாறே புறந்தள்ளினார். அந்தச் சுண்டுவிரலைத் தோட்டத்துத் தென்னை மரத்தடியில் புதைத்து வைத்தார். அவரை அவரே கிள்ளி எடுத்துப் புதைத்து வைத்தது போல. அப்படித்தான் அவரது முதல் புண் உருவானது. முதல் புழுவும் அப்படித்தான் இருக்கும். இப்போது அந்தத் தென்னை மரத்தை நான் பார்த்துக் கொண்டிருக்கிறேன். அதை அப்பாவாகக் கற்பனை செய்து கொண்டிருந்தேன். இப்போது அப்பாவின் புழுக்களாக.

“அப்பா! காயம் பெருசாகிகிட்டே இருக்குது. ஒழுங்கா ஆஸ்பத்திரி வந்து பாருங்க“

“இந்தக் காயம், என் காயத்தைத் திங்கும்”

நான் எரிச்சலுடன், “சும்மா லூசுமாதிரி உளறிட்டு இருக்காதீங்க. அம்மா போனதிலிருந்து இப்படிக் கொஞ்சம் கொஞ்சமா உங்களையும் அழிச்சிகிட்டு என் நிம்மதியும் கெடுக்காதீங்க. சாகறதா இருந்தா ஒரேடியாக செத்திடுங்க” என்று சொல்லி முடித்துவிட்டுத்தான் அதன் நியாயத்தை உணர்ந்தேன்.

அவர், “ப்ராப்த கர்மா.....”

“கருமம்பா... அங்க பாருங்கப்பா.. அந்தக் காயம் அழுகிப் புழு புடிச்சு கிடக்குது. அப்புறமா காப்பாத்த முடியாதுன்னு டாக்டர் சொல்லிட்டாரு. இந்த அவஸ்தை வேண்டாம் உங்களுக்கும் வேண்டாம், எனக்கும் வேண்டாம்.”

“எனக்கு என் புழு, உனக்கு உன்னுது, அவனவனுக்கு அவனது” என்று சொன்னவரைப் பார்க்க, பைத்தியம்போல் இருந்தார்.

நான் சலிப்புடன், “அப்பா! உங்களுக்காக இல்லைனாலும் எனக்காக. உங்க பிரெண்ட்ஸ்காக, வாங்க ஆஸ்பத்திரிக்குப் போவோம். இவ்வளவு ஆஸ்தி இருக்கு, அனுபவிக்கணும்னு ஆசை இல்லையா.”

“நான் வானின் பிரஜை. மண்ணவர்கள்மீது எனக்குப் பிடிப்பு இல்லை.”

“அரக்கிறுக்கு..” என்று அவர் காதில் படும்படிச் சொல்லிவிட்டு வெறுப்பாய் வெளியேறினேன்.

அவரது வாக்கு முகூர்த்தம்! இப்போது என் புழுவை நான் கண்டுகொண்டேன்.

சித்ராவின் அழைப்பைத் துண்டித்துவிட்டு வீடு புகுந்தேன். மீண்டும் அவைகள் செய்த சுத்தம் அரை நாட்களுக்குள்ளாகவா காலாவதியாகும். என்னையும் வீட்டையும் மீண்டும் சுத்தம் செய்தேன். களைத்திருந்தேன். டிவியில் தோனி விளாசிக் கொண்டிருந்தார். படுத்துக்கொண்டிருந்த நான் சோறு உண்ணாமலேயே தூங்கிப் போனேன்.

பின்விடியலில் எழும்போது புழு என்னை முந்தியிருந்தது. ஓடிச்சென்று குளித்து புழு நீக்கம் செய்தேன். ம்ஹூம்ம்! முடியவில்லை! புத்தியில் புழு படம் எடுத்து ஆடியது. அப்பாவின் கிறுக்கு எனக்கும் பிடித்துக் கொண்டது.

வீடு முழுதும் துப்பினேன். சமையலறையில், முற்றத்தில், கழிவறையில் ஒரு இடம் விடாமல். தோட்டம் முழுதும் துப்பி அலைந்தேன். அப்பா விரல் நட்ட இடத்தில் துப்பிக்கொண்டே இருந்தேன். என்மேல் துப்பினேன். கால்களில் துப்பினேன், கைகளில் துப்பினேன், கட்டை அவிழ்த்துக் கொப்புளங்கள்மீது துப்பினேன். கத்தி எடுத்துக் கொப்புளங்களைக் கீறினேன். பெரிய விரிசலாக்கி உள்ளே தேடிப்பார்த்தேன். அங்கே புழுக்கள் இல்லை. எப்படி இருக்கும்? அவைகளைத்தான் அந்த ஆஸ்பத்திரியில் நட்டு வைத்துள்ளார்களே. அவைகள் துளிர்விட்டு முளைப்பதற்குள் களையெடுத்தாக வேண்டும்.

சித்ரா பலமுறை அழைத்திருந்தாள். அவளிடம் பேசப் பிடிக்கவில்லை.

விரைந்து சென்று ஆஸ்பத்திரி பூந்தோட்டத்தில் அவைகளைப் புதைத்த இடத்தில் தேடினேன். காணவில்லை. ஐயோ காணவில்லை. எங்கோ தப்பித்துவிட்டது. தப்பித்து மறைந்திருக்கின்றன. மறைந்து உற்பத்தி ஆகின்றன. உற்பத்தியானது என்னை நோக்கி வந்து கொண்டிருக்கின்றன. இனி விடுதலை என்பதே இல்லையா?

வீடு வந்து சேர்ந்தேன். சோர்ந்திருந்தேன். கொஞ்சமேனும் கவன மாற்றம் தேவை. கணினியை உயிர்ப்பித்து ஆபாசப் படம் பார்த்தேன். அமெரிக்க வகை ஜப்பானிய வகை கருப்பினம் அடிமைத்தனம். என்னை நானே உசுப்பிவிட்டு அயர்ந்தேன். கொஞ்சம் விடுதலை. எப்படியோ, ஏதோ ஒரு புழு நாசினி.

சித்ராவுடன் அவ்வப்போது பேசினேன். ஆனாலும் பார்ப்பதைத் தவிர்த்து வந்தேன். அவள் என்ன யூகித்திருந்தாள் என்று சொல்ல முடியவில்லை.

ஆபாசம் என்னும் நாசினியும் சில நாட்களுக்குள் காலாவதியாகிவிட்டது. திக்கற்று இருந்தேன். சித்ரா வீடு வந்தாள். அவளைப் பார்த்த மாத்திரத்திலேயே உடைந்து அழுதேன். விழப்போனேன். ஓடிவந்து என்னைத் தாங்கினாள்.

பிதற்றி அழுதேன்.

"வேண்டாம்டா... வேண்டாம்டா... எல்லாம் சரியாகி போய்விடும்" என்று என்னவென்று தெரியாமலேயே சமாதானம் சொன்னாள். என்னை ஏந்திக் கொண்டாள். கைத்தாங்கலாக என்னை உள்ளே அழைத்துச் சென்று அமர வைத்தாள். என்னை எதுவும் கேட்காமலேயே சமாதானம் சொல்லிக்கொண்டு இருந்தாள்.

"நான் இருக்கேன் உனக்கு. அப்பாவையும் அம்மாவையும் நினைச்சு பீல் பண்ணாத. உனக்கு யாரும் இல்லன்னு நினைக்காத. நான் இருக்கும்போது நீ அப்படி நினைக்கலாமா?"

தன் இருப்பைத் தேவைக்கு அதிகமாகவே பிரகடனப்படுத்திக் கொண்டிருந்தாள். அருகில் இன்னும் ஒரு ஜீவன் இருப்பது ஒரு வகையில் சமரசம்தான். அவள் என்னைக் கவனித்துக் கொண்டாள். நான் அவளைக் கவனித்தேன். சமைத்தாள்; பரிவோடு பரிமாறினாள்; அருகிலேயே இருந்தாள்; இருந்து புழுக்களின் இடத்தை ஆக்கிரமித்துக் கொண்டிருந்தாள்.

"என்னாச்சு?" என்ற கேள்விக்கு நான் அமைதியாக இருந்தேன். "மனசுல இருக்கறத சொல்லு. ஷேர் பண்ணாத்தான ஆகும்."

"என்னன்னு கேட்டா என்னன்னு சொல்றது? கொஞ்ச நாளாவே..."

"கொஞ்ச நாளாவே?"

"அது இதுன்னு யோசிக்க தோணுது. தலைக்குள்ள ஏதோ ஒன்னு கெடந்து கொடையுது" என்று தலையைக் கீழே போட்டவாறு சொன்னேன்.

"கொஞ்சம் புரியிறமாதிரி சொல்லேன்" என்று என் முகவாயைத் தூக்கிக் கேட்டாள்.

அவளது அக்கறை, வழக்கமான காதல் பாசாங்கு காட்டியது. அந்தப் பாசாங்கின் உந்துவிசையால் நான் அடி ஆழத்திற்குச் சென்று அமைதியாக இருந்தேன். அங்கிருந்து தொடங்கினேன்.

"நாம என்ன செய்றோம். எதுக்கு இங்க வந்திருக்கிறோம்.

இதெல்லாம் என்ன. நம்மளோட இச்சை.... இந்த இச்சை இருக்கே அதுதான் அடிப்படை. அதுதான் இவ்ளோ இம்சை. புழு மாதிரி பிறக்கிறோம். சாப்பிடுறோம் தூங்குறோம் பெருசாறோம். ஆனா வளர்றோமா? மறுபடியும் ஏன் புழு மாதிரியான வாழ்க்கை. நாம பொழைக்கிறதுக்கு இந்த இச்சை தேவை. ஆனா அதிலேயேதான் சுத்திகிட்டு இருக்கணுமா. இச்சையின் விளைவு இச்சைதானா. விடுதலையே இல்லையா. புழுக்களாகப் பிறந்தா புழுக்களாதான் சாகணுமா. அந்தச் சட்டகத்துக்குள் நம்மை யார் அடைச்சது. அந்த இறுக்கத்தில் இருந்து எப்படி வெளியே வர்றது." என்று பிதற்றி முடிக்கும்போது சோர்வுற்று இருந்தேன்.

"டேய் என்னடா இதெல்லாம்... ஏன் இப்படி உளறுர... வேண்டாம்டா... பயமா இருக்கு..."

"இல்ல சித்ரா.. எதைப் பார்த்தாலும் எனக்கு ஒரு வெறுப்பா இருக்கு. உன்னப் பார்த்தாலும் என்ன பார்த்தாலும் நமக்குள்ள இருக்கிற உறவு பார்த்தாலும். உண்மையிலேயே நமக்குள் இருக்கிறது என்ன. இது என்ன உறவு."

அவள் "காதல்" என்று பரிதாபமாகச் சொன்னாள்.

அவள் பதிலைத்தாண்டி நான் பேசிக்கொண்டு சென்றேன் "நமக்குள் எவ்வளவு சாத்தியம் இருக்கு. ஆனா நாம ஒரு புழுமாதிரி வாழ்ந்திட்டு இருக்கோம்." அவளிடம் சொல்லச் சொல்ல எனக்கு திரண்டு வந்தது. இந்தப் பாசாங்கு இப்போது எனக்கு ஒரு புழு நாசினி. என் குரல் லேசாகத் தழுதழுத்தது.

அவள் "அழாதே" என்றவுடன் நான் அழ ஆரம்பித்தேன்.

அவள் என்னை அணைத்தாள். அணைத்துக் கொண்டதால் ஆக்கிரமித்தேன். ஆக்கிரமித்ததால் நெகிழ்ந்தாள். நெகிழ்ந்ததால் எல்லை மீறினேன்.

அவள் கீழ்படிந்தாள் நான் வன்முறை செய்தேன். அவளது அங்கத் திரட்சி எனக்கான இடைக்கால விடுதலை. உறவாடி முடித்தோம். சக்தி விரயம் ஏதோ ஒருவகையில் சமரசம். உறவுக்குப் பின்னான வெறுமை ஒரு ஆசுவாசம். நோக்கங்கள் இல்லை அதனால் தத்தளிப்பு இல்லை. அவஸ்தைக்குச் சற்றுநேரம் விடுமுறை. சுற்றி யாரும் இல்லை. நானும் என் புழுக்களும் மட்டுமே. எங்கள் ஆதார விசையின் மேல் அமர்ந்திருந்தோம்.

செய்வதற்கு ஒன்றும் இல்லை. ஆகையால் என் புழுக்களை நேர்கொண்டு சந்தித்தேன். அதன் வடிவம்; இயங்குவிசை; ஆற்றல். அதன் சார்பு; காரணகாரிய சுழற்சி என்று விஸ்வரூப தரிசனமாக என்மேல் கவிழ்ந்தது.

என் புழுக்களை வெளித்தள்ளாது, அதனோடு உள்ளடங்கிய நான்.

சமரசம்.

அவைகளும் நானும் மட்டும். ஏதோ நீண்ட நாள் பழகியவர்கள்போல. ஒருவரையொருவர் அறிந்தவர்கள்போல. உண்மைதான் அவைகள் என்னோடு பிறந்து என்னோடு வளர்ந்தவைகள். ஒருவிதத்தில் என்னைக் கட்டுமானித்தவைகள். கட்டுமானக் கச்சாப் பொருட்கள். என்னுடைய சிறிய வடிவங்கள். அவைகளுடைய சிற்சில சுழற்சிகள் எனது மொத்தமான சுழற்சி. எப்போதும் இருப்பவைகளைச் சமீபமாகத்தான் கண்டுகொண்டேன். பல நூறு, பல ஆயிரம் புழுக்கள். ஒவ்வொன்றுக்கும் ஒவ்வொரு இயக்கம். ஒன்றிலிருந்து ஒன்று உருவாகிறது, வளர்கிறது, முழுப் பரிமாணம் கொள்கிறது. பின்பு தேய்ந்து சுருங்கி ஒன்றுமில்லாமல் ஆகி மற்றொன்றை உருவாக்குகிறது.

நான் கண்கள் மூடி படுத்திருந்தேன். அவைகள் மேலும் அணுக்கமாகத் தெரிந்தன. ஒவ்வொன்றும் ஒவ்வொரு விதம். ஆனால் அடிப்படை விசை என்னவோ ஒன்றுதான்.

காமப்புழு உயிர் பெருக்கம். ஆசைப்புழு அனைத்தின் உள்ளடக்கம். வீரப்புழு வீண்வேலை. கருணைப்புழு அரவணைப்பின் பெருஞ் செயல். பயப்புழு உருவப் பாதுகாப்பு. பக்திப்புழு அருவப் பாதுகாப்பு. மேல் அடுக்கின் புழு. அடி ஆழத்தின் புழு. இன்னும் எவ்வளவோ.

நான் அமைதியாக இருப்பதையே உரையாடலின் சமிக்ஞையாக எடுத்துக்கொண்டு “என்னாச்சு? ஏன் அமைதியா இருக்க? ஹாப்பியா தான இருக்க?” என்றாள்.

நான் உதடுகளை அழுத்திச் சின்னதாகச் சிரித்துவிட்டு ஒரு பெருமூச்சு விட்டேன்.

சில வினாடிகள் அமைதியாகக் கடந்தன.

அவள் என்னை நோக்கித் திரும்பி, இடது கையைத் தலையணையில் ஊன்றிப் பாதி உடலை மேலெழுப்பி என்னைக் கண்களால் அளந்தாள். இப்போது கேள்விகளே இல்லையென்றாலும்

நான் பதில் சொல்லும் இடத்தில் வந்து நின்றேன். எனக்கு என்ன சொல்வதென்று தெரியாமல் ஓரிரு வினாடிகள் உக்கிரமாகக் கடந்தன.

“சும்மா ஏதோ டிப்ரஷன்...”

“என்ன டிப்ரஷன்?”

“சரியா சொல்ல தெரியல...”

“ட்ரை பண்ணேன்...” என்றாள்.

....

“நீ ஹேப்பியாதான இருக்க? உன் சந்தோஷம் எனக்கு முக்கியம். உன் கஷ்டத்தை என்கூட ஷேர் பண்ணிக்கோ.” என்று வளவளத்தாள்.

மெல்லிய கோபப்புழு என்முன் வந்து நின்றது. அவள் பேச்சைத் துண்டிக்கும் பொருட்டு நான் ஏதோ சொல்ல ஆரம்பித்தேன். “நான் சொல்றது உனக்குப் புரியுமான்னு தெரியல. கொஞ்ச நாளாகவே எனக்கு இப்படித் தோனிட்டு இருக்கு. இதோ இந்தக் காயம் ஆனதுல இருந்து.”

அவள் ஆர்வமாக நிமிர்ந்து அமர்ந்தாள்.

நான் சொற்களால் என்னை நானே கிளறிக் கொண்டேன். “நாம நினைக்கிற மாதிரி இல்லை இந்த டிசைன். இங்க வேற ஒன்னு இருக்கு. நம்மளுக்கு உள்ளேயே வேற சில விஷயங்கள் வாழ்ந்துகிட்டு இருக்கு. நம்ம உடம்புக்கு உள்ள பாக்டீரியாக்கள் இருக்கில்ல; அதமாதிரி. அதுங்களுக்குன்னு லைப் சைக்கிள் இருக்கு. அது சொல்றமாதிரிதான் நாம நடந்துக்கிறோம். நம்ம வாழ்க்கையும் அமையுது. நாம தப்பிக்கவே முடியாது.” என்று ஆரம்பித்து சுழற்றிச் சுழற்றி வெவ்வேறு சொற்களில் தொடர்பற்று நீட்டிக்கொண்டிருந்தேன். என்னை நானே தோண்டிக் கொண்டிருந்தேன்.

மெல்லிய விசும்பல் ஒலி கேட்டுத்தான் நிறுத்தினேன். அவளை நோக்கி திரும்பினேன். அவள் கண்களைச் சந்தித்தேன். அதில் துக்கமும் தன்னிரக்கமும் கருணையும் ஒன்று சேர்ந்து நிகழ்ந்து கொண்டிருந்தது. அது வெறும் பாசாங்குதான் எனப் பளிச்சென்று தெரிந்தது. குற்றமற்ற பாசாங்கு. அவளிடமும் என்னிடமும் அனைவரிடமும் இருக்கும் பாசாங்கு. தூய்மையானதும்கூட. இப்பிரம்மாண்டமான உலகில் நம் இருப்பின் தனிமையை மறைக்கும் திரை இவ்வாறான பாசாங்குகள்.

அப்படியான ஒரு கனமான திரையை அக்கணமே எடுத்து என்மேல் கவிழ்த்துக்கொண்டேன்.

அவளையும் அவளது புழுக்களையும் அணைத்துக் கொண்டேன்.

அவள் விசும்பியவாறே, "ஏன் இப்படி எல்லாம் பேசுற.. எனக்குப் பயமா இருக்கு. நீ ஹாப்பியா இல்லையா? ஏதாவது சைகார்டிஸ்ட்ட பாக்கலாமா? ப்ளீஸ் சொல்லு. எதுவா இருந்தாலும் பார்த்துக்கலாம்."

நான் அவளை அணைத்தவாறே வேண்டாம் என்பதுபோல் தலை ஆட்டினேன்.

அவள், "ப்ளீஸ் எனக்காக!"

நான் வேண்டாம் என்றேன்.

"வேண்டாம்னா? என்ன பண்ணலாம்; நீயே சொல்லு; எதுவா இருந்தாலும் பரவால்ல சொல்லு."

"நாம கல்யாணம் பண்ணிக்கலாம்."

அதைக் கேட்ட மாத்திரத்திலேயே அவள் அழுகையும் சிரிப்புமாக ஏதோ பாவித்தாள். "நெஜமாவா?"

"ஆமா நாம கல்யாணம் பண்ணிக்கலாம்; நான் அதுக்காகத்தான் காத்துகிட்டு இருந்தேன்; அதுதான் என்னோட மருந்து. நீதான் என்னோட மருந்து. கல்யாணம் பண்ணிக்கலாம். குழந்தை பெத்துக்கலாம். நல்லமுறையா சம்பாதிக்கலாம். சந்தோசமா வாழலாம்."

அவள் என்னை மீண்டும் அணைத்துக் கொண்டாள். அவளை அன்பாக விலக்கி அவள் முகத்தை இரு கைகளால் ஏந்தி அவளை நோக்கினேன். அவளுக்குக் கண்ணீர் ஊற்றெடுத்தது. வழிந்த தடத்தில் வழிந்தது. புதிய தடத்தில் வழிந்தது. என்மேல் ஒரு கரிசனைப் புழு. எனக்கும் கண்ணீர் பெருக்கெடுத்தது. உச்சம் தொட்டு, தரை தொட்டு, உச்சம் தொட்டது.

அவள், "ஆமாண்டா, நாம கல்யாணம் பண்ணிக்கலாம். ஆனா நீ இப்படி டிப்ரஸ்டா இருக்கக்கூடாது. உனக்கே தெரியும் எனக்கு வீட்ல எவ்ளோ பிரச்சனைன்னு. அப்பா ஒருமாதிரி, சித்தி வேற மாதிரி, தம்பி என்கூட பேசவே மாட்டான். ஆபீஸ்லயும் பாலிடிக்ஸ். நீ மட்டும்தான் எனக்கு நார்மல். நாம சந்தோசமா வாழணும்; புது வாழ்க்கை; சந்தோஷமாகக் கவலையே இல்லாம; நீயும் நானும்

மட்டும். எனக்கு வேற எதுவும் தேவையில்லை. நீ பக்கத்துல இருந்தா எல்லாம் ஆட்டோமேட்டிக்கா சால்வ் ஆயிடும்." என்று தழுதழுத்த குரலில் ஆரம்பித்து தெளிவாக முடித்தாள்.

"ஆமா, எல்லாமே மறந்து ஒரு நார்மல் லைஃப் வாழணும். நல்லா சம்பாதிக்கணும். புது வீடு வாங்கணும். ஒரு கார் வாங்கணும். பூர்வீக சொத்து ரெடி பண்ணனும். பேங்க் பேலன்ஸ் ஏத்தணும். பெருமையா வாழணும். ஆமா! ஆமா! ஆமா! ஆமா சித்ரா." என்று நான் சொல்லி முடிக்கும் போதே தெரிந்தது நான் மெல்ல மெல்ல சமரசமாகிக் கொண்டிருக்கிறேன் என்று.

ஆனால் சித்ரா அவளது ஞாபக அடுக்குகளில் இருந்த துயரங்களைப் பட்டியலிட ஆரம்பித்தாள். முதலில் அவள் அப்பாவிலிருந்து ஆரம்பித்து அம்மா வழியாகவும் சித்தி வழியாகவும் வந்து தம்பியில் ஒரு வட்டம் சுற்றி அலுவலகத்தில் நீட்டி நிறுத்தினாள். நான் "ம்" கொட்டியவாறு அவைகளைப் பிரதிபலித்துக் கொண்டிருந்தேன்.

இரவு முழுவதும் நான் எனது புழுக்களுக்கும் அவள் அவளது புழுக்களுக்கும் தீனி சமைத்தோம். நாங்கள் உறவில் திளைத்தோம். பந்தத்தில் கட்டுண்டோம்.

எல்லாம் முடிவானது; நானும் முடிவு செய்திருந்தேன்.

சில நாட்கள் கழித்துப் பெண் பார்த்தல் என்ற சாங்கிய நிகழ்வு ஒரு சுபதினத்தில் நடந்தது. அப்பா ஸ்தானத்தில் சில மிடுக்குகளையும் அம்மா ஸ்தானத்தில் சில மோஸ்தர்களையும் சித்ரா வீட்டுக்கு அழைத்துச் சென்றிருந்தேன். என் அப்பாவின் சொத்து சித்ரா வீட்டாரை ஏற்கனவே சம்மதமும் சாந்தமும் அடைய வைத்திருந்தது. சிலர் குதூகலிக்கக்கூடச் செய்தார்கள். என் வீட்டார்கள் யார்? அவள் வீட்டார்கள் யார்? என்று பிரித்து அறிய முடியவில்லை. எல்லாம் ஒரேமாதிரி மினுக்கினார்கள். இப்போது நானும் அவர்களில் ஒருவன். அதுவே என் மருந்து. அவர்களுள் ஒருவனாகத்தான் இருந்தேன். கொஞ்ச நாட்களாகத்தான் இந்த நோவு. இனி மீண்டும் அவர்களாகவே ஆகிவிடுவேன். சிறந்த ஏற்பாடு, சிறந்த தீர்வு, சிறந்த மருந்து.

நான் சுற்றிலும் கவனித்தேன். வசதியானவர்கள்தான் போலும். அனைத்தும் பிரம்மாண்டமாக இருந்தது. அங்கே மென்மைகள் அலங்காரமாகவும்; அலங்காரங்கள் பகட்டாகவும் இருந்தது. அவர்கள் அனைவரும் சொல்லி வைத்தாற் போல் கடந்தகால மேன்மைகளையும்

நிகழ்கால வசதிகளையும் வருங்கால வாய்ப்புகளையும் முகத்தில் பூசினாற்போல் காணப்பட்டார்கள். இனி நானும் இவர்களில் ஒருவன். நினைக்கும் போதே குமட்டியது. அடிவயிற்றிலிருந்து அமில நீர் மேல் எழும்பி தொண்டையைத் தொட்டு கீழ் இறங்கியது.

என்னைச் சுற்றி எங்கும் அவர்களே நிறைந்திருந்தார்கள். கொசகொசவென்று. எனக்கு ஏதோ இருப்புக் கொள்ளவில்லை. ஒரு கடும் நெடி அடித்தது. ஏதோ அழுகிய சீழ் பிடித்த காயத்தின் நெடி. இல்லை இல்லை, அதில் மொய்க்கும் புழுக்களின் நெடி. நான் முகம், அகம் சுளித்தேன்.

என்னருகில் பட்டாடை உடுத்திய ரோலக்ஸ் வாட்ச் கட்டிய தங்கக்காப்பு பூட்டிய ஒரு புழு "ஏங்க! நல்ல நேரம் முடிய போகுது. சம்பிரதாயத்தை எல்லாம் முதல்ல முடிச்சுடுவோம்." என்றது.

அதற்குப் பச்சை பட்டு சேலை உடுத்திய நகைகளால் போர்த்திய பொருந்தா உதட்டுச்சாயம் பூசிய மற்றொரு புழு "ஒரு ரெண்டு நிமிஷம்; பொண்ணு வந்துவிடும்" என்றது.

என் காதருகே வந்து இன்னொரு புழு, "நல்ல பெரிய இடமாத்தான் புடிச்சிட்ட" என்று சிரித்தவாறு சொன்னது.

சில கிழட்டுப் புழுக்கள் வந்து அமர்ந்தன. சில இளையப் புழுக்கள் பேசி மகிழ்ந்தன.

அப்போது வெண் மஞ்சள் சேலை உடுத்திய அலங்காரம் செய்த அழகிய புழு ஒன்று சபையில் வந்து நின்று அனைவருக்கும் நமஸ்கரித்து அமர்ந்தது.

அருகில் ஒரு புழு, "பொண்ணு லட்சணமா இருக்குல்ல" என்று பொதுவாகச் சொன்னது. சபையிலுள்ள மூத்த புழு ஒன்று அனைவருக்கும் கேட்கும்படியாக கல்யாண நிச்சய வாசகங்களை உரக்கப் படித்துக் காண்பித்தது.

எனக்கு எல்லாம் மங்கலாகவே தெரிந்தது மங்கலாகவே ஒலித்தது. சபை முழுக்க புழுக்கள். புழுக்களால் ஆன புழுக்கள். ஒவ்வொரு புழுக்களுக்கு ஒவ்வொரு சுழற்சி ஒவ்வொரு விசை.

அப்போது ஒரு புழு, "என்ன மாப்பிள்ளை சந்தோஷமா?" என்றது.

அதற்கு மற்றொரு புழு, "சந்தோசம் இல்லாம என்ன இப்போ.."

"அப்புறம் என்ன கம்முனு இருக்காரு. வாழ்க்கையை நினைத்து கவலைபடுறாரோ…"

"அட கல்யாணம் ஆகப் போவதில்லை! கவலையும் வரும் சந்தோஷமும் வரும்; அதெல்லாம் போகப்போக சமாளிச்சுக்குவாங்க. இல்ல நம்மள பார்த்து தெரிஞ்சுகிட்டும்; என்ன இப்போ."

எனக்கு இருப்பு கொள்ளாமல் தன்னிலை தாண்டவமாடியது. கடும் நெடி என்னைச் சுற்றி வீசியது. எனக்கு அப்பாவின் நினைவு ஒரு மின்னல் போல் வந்தது.

இனி எனக்குக் கல்யாணம் நடக்கும். சந்தோஷங்கள் நிகழும். பொறுப்பு கூடிவரும். வாரிசுகள் பிறக்கும் அல்லது பிறக்காமலும் போகும். ஆனால் கவலை பிறந்தே தீரும். பொருள் ஈட்டுவேன். ஈட்டிய பொருளுக்குத் தக்கவாறு ஆளுமை அடைவேன். ஆணவம் சமைப்பேன். அதிகாரம் செய்வேன். தின்று கொழுப்பேன். இளைத்துச் சாவேன். புழுவாய் வாழ்வேன். ஆனால் பெரிய புழுவாய். எங்கும் ஊர்ந்தே செல்வேன், நெளிந்தே கிடப்பேன்.

என்னைச் சுற்றிலும் பார்த்தேன். நூறு – ஆயிரம் புழுக்கள். ஆனால் ஒரு பட்டாம்பூச்சிகூட இல்லை. நூறு – ஆயிரம் வாய்ப்புகள்; நூறு – ஆயிரம் சாத்தியங்கள். ஆனால் ஒரு பட்டாம்பூச்சிகூட இல்லை. ஆனால் அத்தனையும் சாத்தியங்கள். புழுக்கள் மண்ணில் உழல்பவை. பட்டாம்பூச்சி வானிற்குச் செல்பவை. அப்பாவைப் போல.

அத்தனையும் வாய்ப்புகள், அத்தனையும் வாய்ப்புகள். பட்டான் வாய்ப்புகள்.

"அட சொல்லுங்க மாப்பிள்ள! கம்முனு இருக்கீங்க!"

எனக்கு உரக்கக் கத்த தோன்றியது. "நான் வானத்தின் பிரஜை" என்று.

மிருகமோட்சம்

1 - காக தூதன்

முன்வினையின் காரணமாகப் பருந்தால் வேட்டையாடப்பட்டுப் பாதி உடலை இழந்த குருவியைக் காகம் ஒன்று பராமரித்துக் கொண்டிருந்தது. குருவியின் உயிர் விசை பாதி உடலிலும் பாதி வெளியிலும் கிடந்து அதிர்ந்து கொண்டிருந்தது துடியாக. காகம் உணவும் நீரும் குருவிக்கு அளித்து அதை நிழலில் கிடத்திப் பார்த்துக் கொண்டது.

பிரக்ஞை மீண்ட குருவி காகத்தின் அருகாமையைக் கண்டு தன் இறுதிக்காலத்தை ஊகித்து மௌனமாகக் கிடந்தது. கிடந்த குருவிக்கு ஒரு கேள்வி உதித்தது. அது காகத்தைப் பார்த்து வினவியது. "ஐயா, தங்கள் செயலுக்குப் பின் உள்ள அறம்தான் என்ன? நான் தங்களுக்கு உணவாகக் கூடியவன். இருப்பினும் என்னைப் பராமரிக்க காரணம் யாது?"

காகம் சொன்னது, "நண்பனே, நானும் முன்பு ஒருநாள் உன்னைப் போலவே உடல் சிதறிக் கிடந்தவன்தான். அன்று காகமாகிய நான் என் சட்டகத்திற்கு வெளியே சஞ்சாரம் செய்து வந்தேன். அப்போதிருந்து நான் காகமாகவும் காகம் அல்லாதவனாகவும் உணர்கிறேன்.

அவ்வாய்ப்பு உனக்கும் திறந்தே உள்ளது. அதனால் உன்னை அப்படியே விட்டுச்செல்ல மனம் இல்லை. ஓய்வு எடு. உனக்கு இப்போது ஓய்வு முக்கியம்."

ஆர்வமும் உத்வேகமும் கூடியதால் உயிர் ஆசை கிளர்ந்து குருவி தீனமான குரலில் கேட்டது. "மேலும் சொல்லுங்கள். நிறுத்திக் கொள்ளாதீர்கள். அது என்ன சட்டகம் தாண்டுதல்? காகம் அல்லாதவன்?"

சிறிதுநேரம் மௌனமாக இருந்தது காகம். நிசப்தமான அந்த இடைவெளியால் குருவி மீண்டும் பிரக்ஞை இழந்து அதன் கண்கள் கவிழச் சென்றன. அதை உணர்ந்த காகம் "சொல்கிறேன் கேள்...." என்றது. குருவி கண் விழித்து அகம் விழித்துக் கேட்கலானது.

"காட்டு விலங்கால் அடிபட்ட நான் உடல் சிதறி உயிர் விரவி ஒரு மொட்டைப் பாறையின்மீது நெடுநேரம் கிடந்தேன். அப்போது வானிலிருந்து தொன்மையான பாடல் ஒன்று அசரீரியாக என்னுள் வந்து விழுந்தது. அது உண்மையா, உளமயக்கா என்று எனக்குப் புரிபடவில்லை. ஆனால் அப்பாடல் என் நினைவில் நீங்காத ரீங்காரமாக ஒலித்தது. அப்பாடலோடு நான் கிடந்தேன்."

எம்பிக் குதித்தவர்கள்

அப்பால் பார்த்தவர்கள்

அப்பால் பார்த்தவர்களுக்கு என்று

ஒரு பொது பாஷை உள்ளது

அந்தப் பொது பாஷையில்

கதைத்தவர்கள் அனைவரும்

அப்பால் பார்த்தவர்களே.

எல்லைத் தாண்டியவர்களுக்கு

வேறொரு எல்லை

அங்குப் பார்த்தவர்கள்

இங்கு நகர்ந்து அமர்கிறார்கள்

இப்பால் வாழ்ந்தாலும்

அவர்கள்

அப்பாலுக்கு உரியவர்கள்

அப்பால் செல்ல

அப்பாலிருந்து ஒரு கை உதவும்

"முடங்கியே கிடந்த என்னை விடுவிக்க ககனமார்க்கி ஒருவர் வந்து எனக்கு அவரின் கதை ஒன்றைச் சொன்னார். அதை உமக்கும் உரைக்கிறேன் கேள்." பகுதி புனைந்தும் பகுதி நினைந்தும் காகம் சொல்லலாயிற்று.

2 - அப்பால் பார்த்த ஞமலி

ககனமார்கி சொன்னார். எனக்கு ஒரு எஜமானர் இருந்தார். அவர் ஊர்க்காவலர். அவருக்குத் துணைக் காவலன் நான். அவர் யோகி, தியானி. சில நாட்கள் தொடர் தியானத்தில் இருப்பார். அப்படி இருக்கும்போது நான் அவருக்கும் ஊருக்கும் சேர்த்து காவல் இருப்பேன். எங்கள் கிராமம் மலை அடிவாரத்தில் இருந்ததினால் நாங்கள் காவல் காப்பது காட்டு விலங்குகளிடம் இருந்துதான். யானை, பன்றி, மான், எருமை போன்றவை பயிர்களை நாசம் செய்யும். சிங்கம், சிறுத்தை, புலி, கரடி உயிர்களை நாசம் செய்யும். அவைகளிடம் இருந்து ஊரைக் காப்பது எங்கள் அறமாக இருந்தது. என் எஜமானர் ஒரு மனிதர், ஆகையால் என்னைவிட மேம்பட்டவர். நான் அவருடனேயே இருந்தேன். அவர் கால்களுக்கு அடியில் என் உடல் அவரை எந்நேரமும் உரசிக்கொண்டே இருக்கும். என் எஜமானர் சாப்பிடுகிறாரோ, இல்லையோ எனக்கு நாச்சோறு வைத்துவிடுவார். நான் குரைத்துக் குரைத்து பல வன விலங்குகளின் ஊர் பிரவேசத்தைத் தடுத்துள்ளேன். பல விலங்குகளிடம் நேரடியாகச் சண்டை செய்துள்ளேன். அன்றெல்லாம் எனக்கு இன்றிருக்கும் உள்ளொளி நிகழவில்லை. நான் காவல் காப்பேன். அவருக்கும் ஊருக்கும் விசுவாசமாக இருப்பேன். அவ்வளவே.

நான் அசந்த ஒருநாள், தியானத்தில் அமர்ந்திருந்த என் எஜமானரைப் புலி ஒன்று அடித்து இழுத்துச் சென்றது. நான் குரைத்துக் கொண்டு பின்சென்றேன். புலி அவரைப் போட்டுவிட்டு ஓடிவிட்டது. நான் ஊர் சென்று கிராமவாசிகளிடம் குரைத்து, கத்தி, உறுமி, வாலாட்டி, குறிப்புணர்த்தி அவர்களைக் கூட்டி வருவதற்குள் நீண்ட நேரம் ஆகிவிட்டது. அதுவரை அவர் ஒரு பாறையின்மீது வான் நோக்கி கிடந்தார். யாருடனோ பேசிக்கொண்டிருப்பது போல வாயசைத்துக் கொண்டு இருந்தார். கிராமத்தினர் வந்து அவரை வீடுகொண்டு சேர்த்தனர். பாதி உடலுடன் பாதி உயிர் அதிர்வுடன் ஐந்து நாட்கள் உயிருடன் இருந்தார். அறம் தவறிய

நான் அருகிலேயே படுத்திருந்தேன். எனக்கு முன்கூட்டியே தெரிந்துவிட்டது. இறுதிநாளில் அவருக்கும் தெரிந்துவிட்டது. நான் அருகில் இருந்து அவரை அனுப்பி வைத்தேன். ஒவ்வொன்றாக அவர் நிறுத்திக்கொண்டு வருவதை அருகில் இருந்து கவனித்தேன். உடற்செயலை, மனச்செயலை, ஞாபகங்களை, ஞாபகங்களின் கலசமாகிய உணர்வுகளை, உறுப்புகளை, உஷ்ணத்தை இறுதியாக உயிரை என்று.

அப்படி விட்டுக்கொண்டு வரும்போது ஏதோ ஒரு கணத்தில் எனக்காகக் கவலைப்பட்டார். அப்புறம் இல்லாமல் போனார். அவர் இருப்பையும் இல்லாமையும் நான் துல்லியமாக அறிந்தேன். அந்த இல்லாமையோடு நான் பூரணமாக இருந்தேன்.

அவர் உடல் பிரியும்போது என்னை ஒரு மின்னல் கீற்றுபோல் தடவி சென்றார். ஒரு க்ஷணப்பொழுது நான் மனிதனாக உணர்ந்தேன். அந்த நிமிர்வு, அந்தத் தெளிவு, அந்த மொழி, அந்த வீச்சு, அந்த வியன் திறப்பு. அணுவிலும் அணுவான மெல்லியதிலும் மெல்லியதான சூக்குமத்திலும் சூக்குமமான அந்த க்ஷணம். கடவுளர்களுக்கே உண்டான ஒளி. அது என்னை நிறைத்துத் தழுவிக் கழுவி சென்றது.

அருவத்திற்கும் உருவத்திற்கும் இடைப்பட்ட அந்த இருப்பு ஒரு விதையாக என்னில் விழுந்தது. அப்பால் பார்த்துவிட்டேன். இனி நாயென வாழ்வதெப்படி.

என்னுள் விழுந்த அந்த விதை என்னை முழுதும் நிறைத்திருந்தது. என் எல்லைகள் மீறி வெளியே சிந்திக்கொண்டிருந்தது. அதன் பாரம் தாங்க முடியவில்லை. அதன் ஒளி உயிர் கூசியது. மனிதத் தெளிவை நாய் உடல் கொள்வதில்லை. கலம் கொள்ளா அமுதப்பெருக்கு. அந்தப் பேரனுபவம் அதன் சாத்திய எல்லை வரை நீண்டு, தங்கி, பின்பு சுருங்கியது.

அப்புறம் மனிதர்கள் வந்தார்கள். இன்னும் கொஞ்சம் மனிதர்கள் வந்தார்கள். பந்தல் அமைத்தார்கள். கூடி நின்று அழுதார்கள். எல்லோரும் சாப்பிட்டார்கள். மீண்டும் அழுதார்கள். மீண்டும் சாப்பிட்டார்கள். அப்புறம் என் எஜமானரைத் தூக்கிச் சென்றார்கள். நான் வெளியே வந்தேன். அனைவரையும் அனைத்தையும் அந்நியமாக உணர்ந்தேன். இனி இங்கு நான் இருக்கலாகாது. என் கால்கள் இருப்பு கொள்ளாமல் என்னை இழுத்துச் சென்றன. நான்கூட சென்றேன்.

நான் செல்லும் பாதைகள் என் கால்கள் மட்டுமே அறிந்திருந்தன. என் இருப்பை நான் மீண்டும் உணர்கையில் நான் வேறெங்கோ

இருந்தேன். வேறு மனிதர்கள், வேறு நகரம், வேறு நிலம், வேறு காற்று. எல்லாம் அந்நியமாக. இனி ஒருபோதும் நான் பழையவன் கிடையாது. அந்த மகா அனுபவம் ஒரு விதையாக எண்ணில் விழுந்துவிட்டது. அது ஒன்றே துணையென என் மீதி வாழ்வை நான் எதிர்கொள்ள விழைந்தேன்.

நான் சென்ற இடங்களில் எல்லாம் உணவு கிடைத்தது. உறங்க இடம் கிடைத்தது. புதுப்புது பிரதேசங்கள். பாதசாரிகளோடு சில நாட்கள். யாத்திரீகர்களோடு சில நாட்கள் எனக் கழிந்தன. என் இனத்தவர்களுடன் ஒரு விலக்கம். கண்டால் ஒதுங்கிவிடுவேன்.

ஒருநாள் வேறொரு நாய் என்னைப் பின்தொடர்ந்தது. என் ஓயாத நடைக்கு ஈடுகொடுத்து வந்தது. எப்போது இருந்து என் பின்னால் வருகிறது என்று தெரியவில்லை. நான் சமீபமாகத்தான் அதை உணர்ந்தேன். நின்றால் நிற்கிறது. நடந்தால் நடக்கிறது. வாலாட்டுகிறது. நான் பார்த்தால் உடல் குழைந்து மல்லாந்து படுக்கிறது. முனகல், கேவல் என்று ஏதேதோ சத்தமிடுகிறது. புரள்கிறது, எழுகிறது, புரள்கிறது. அதைக் கவனிக்காவிட்டால் அருகில் வந்து குரைத்துப் பார்க்கிறது. அதைப் பார்த்ததிலிருந்து வெளியுலக வாழ்வு என்னைக் கவ்விக்கொண்டது. இதுநாள் வரை தடுப்புக்கு அடங்காத காற்று போலச் சுற்றி வந்தேன். உயர் ஞானங்கள் நொதிக்கும் கலமாக. இப்போது அன்றாடங்கள் என்னை உரச ஆரம்பித்துவிட்டது. அதைப் பொருட்படுத்த வேண்டியதாகிவிட்டது. அதை விரட்டிவிட வேண்டும் என்று நினைத்த உடனேயே அதைக் கவனிக்க வேண்டும் என்ற எண்ணமும் சேர்ந்து வந்தது. ஒரு துண்டு பிரக்ஞையை அதன்மீது வைத்தேன். அந்த வால் ஏன் இவ்வளவு ஆடுகிறது. நாக்கு இவ்வளவு நீளம் நீண்டு இருக்க வேண்டும் என்ற அவசியம் இல்லை. நொடிக்கொருமுறை கவனம் மாற வேண்டுமா?

நான் மனித மனத்துடன் பரிச்சயப்பட்டவன். அதன் விசாலங்களை எட்டிப் பார்த்தவன். இனி நாயின் உலகில் எனக்கு வேலை இல்லை. இதை இன்னொரு நாய்க்குப் புரியவைக்க இயலுமா? “இதோ பார் நான் நாய் இல்லை. என் தோற்றம் உன்னை ஏமாற்றலாம். ஆனால் நான் நாய் இல்லை. நன்றாக உற்றுப் பார். என் கண்களைப் பார். நான் காணும் நிறங்களை உன்னால் காணவியலாது. நான் கேட்கும் ஒலி உனக்கு விளங்காது. என் வால் ஆடுவதே இல்லை. என் நிதானம் உனக்குப் புரிகிறதா?” அது ஒரு நிமிடம் என்னைப் புரியாதது போல் பார்த்துவிட்டுச் சட்டென்று என் கால்களினூடாகப் படுத்துக் குழைந்து, குரைத்து விளையாட்டுக் காட்டியது.

என் அகத்தின் விசாலத்தைப் புறத்தில் இருந்து ஆக்கிரமித்துக் கொண்டிருந்தது. என்னால் நம்ப முடியவில்லை. வேறு வழி இல்லாமல் அதற்குப் போக்குக் காண்பித்துக்கொண்டு என்வழித் தொடர்ந்தேன்.

வாழ்வில் புதிய பரிமாணம் தேடிச் சென்று கொண்டிருக்கும் எனக்கு ஏதோ என் பழைய வாழ்வைக்கூட அழைத்துச் செல்வதுபோல் இருந்தது. நாயின் வாழ்வை நாய் வெறுத்தால் ஒழிய நாய்க்கு மனித உலகம் திறந்து கொள்வதில்லை. நான் நாயின் வாழ்வை அதன் அருகாமையை வெறுத்தேன். ஆனால் கூட்டிக்கொண்டு திரிந்தேன்.

நேரமாகிவிட்டால் உணவைப் பற்றி சிந்தித்தேன். அதற்கு இடம் வேண்டுமே. இரவானால் உறைவிடம் தேடினேன். அதற்கு இடம் வேண்டுமே. புறத்திடம் இருந்து காத்துக்கொண்டேன். அப்புறம் புறத்திடம் உசாவ ஆரம்பித்தேன். மீண்டும் வெளி உலகுடன் சமரசம், ஒப்பந்தம். இவை அனைத்தும் தவிர்த்த நாட்கள் பழைய வரலாறுபோல் ஆகிவிட்டது என்றாலும் என்னுள் இருக்கும் விதை அதே கனத்துடன்தான் இருக்கிறது. தீவிரமான பாதையில் ஆபத்துக்கள் உள்ளன. இந்த மத்திய பாதைதான் சரியானது. எதுவரை? மின்னல்போல் அந்த மனித மனம் தன்னைக்காட்டி மறைத்துக் கொண்டது. விதையென என்னில் விழுந்து இன்னும் உறங்கிக்கொண்டு இருக்கிறது. அது விழிக்கும்வரை. அது முளைக்கும்வரை. அந்தப் பேரருள் வெறும் அனுபவமாக என் நினைவின் அடுக்குகளில் தற்சமயம் அமர்ந்திருக்கிறது. அது மட்டும் நிகழும் உண்மையாகி விட்டால் என் இந்த வாழ்வு நிறைவுறும். அதுவரை நான் இந்த நாயின் வேடத்தைப் பூசித்தான் ஆகவேண்டும். யதார்த்தத்தில் இதைக் கையாண்டுதான் ஆகவேண்டும்.

நாளையின் சாத்தியத்தையும் நேற்றைய சங்கிலியையும் இழுத்துக்கொண்டு சென்று கொண்டிருந்தேன்.

3 - தனித்தலையும் கேழல்

காடுகள், கிராமங்கள், நகரங்கள் என்று எல்லாப் பாதைகளிலும் நடந்தேன். ஒரு நகரத்தின் எல்லையில் கூட்டம் கூட்டமாகப் பன்றிகள் தங்கியிருந்தன. அதன் அருகாமையில் சில நாட்கள் நானும் தங்கியிருந்தேன். அவைகளுடன் நகர் திரிந்தால் சுலபமாக உணவு கிடைக்கும். எல்லாப் பன்றிகளும் பன்றி போலவே இருந்தது. அதன் அமரல் சத்தம் ஒரேபோல். குட்டிகள் குட்டிகள் போல். வளர்ந்தன வளர்ந்தவை போல். வயதானவை இறப்பவைப்போல்.

ஒரு நாயாக இருந்து பன்றிகளைப் பார்த்துக் கொண்டிருந்தேன். ஒரு அந்திப்பொழுதில் கூட்டத்தில் ஒரே ஒரு பன்றி என்னைப் பார்த்தது. அதன் கண்களை ஒரு க்ஷணம்தான் சந்தித்திருப்பேன். அதை நான் அறிந்து கொண்டேன். அரை வினாடி என் பிரக்ஞையை சுற்றலில் விட்டது. அதை நான் மோப்பம் பிடித்தேன். அது மனித மனம் கண்ட கண்கள். எனக்கு நடந்தது அதற்கும் நடந்திருக்க வேண்டும். அதற்கும் அந்த விதை விழுந்திருக்க வேண்டும். என் பிரக்ஞை மீளுவதற்குள் அது கூட்டத்தில் நுழைந்து மறைந்தது. நான் எழுந்து நின்று பன்றிகள் அருகில் சென்று கண்களை அலையவிட்டேன். காணவில்லை.

"பன்றியாரே!.. நான் உங்களைப் பார்த்துவிட்டேன். உங்கள் கண்களைப் பார்த்துவிட்டேன். உங்கள் வாசனை எனக்குச் சொல்லிவிட்டது. உங்கள் நிலை எனக்குப் புரியும். நீங்கள் மனித மனம் கண்டவர். எனக்குத் தெரியும். தயைகூர்ந்து என் முன்னால் வாருங்கள்" கத்தினேன்.

என் குரலைக் கேட்டு குட்டிப் பன்றிகள் அலறின. குட்டிப் பன்றிகள் அலறுவதால் என்னோடு சேர்ந்துகொண்டு பைரவனும் குரைத்தான். அவன் குரைப்பதைக் கேட்டு பெரிய பன்றிகள் பத்துப் பதினைந்து எங்களை விரட்டியது. பைரவன் முன்னால் ஓடினான். அவன் ஓடியதனால் நானும்கூட சேர்ந்து ஓடினேன்.

அந்த எல்லை தாண்டிய பன்றியைக் கண்டுபிடிக்க வேண்டும்.

அடுத்துவந்த அநேக நாட்களில் பன்றிக்கூட்டங்களைத் தூரத்— திலிருந்து நோட்டம்விட்டுக் கொண்டு இருந்தோம். எல்லாப் பன்றிகளும் ஒன்று போலவே. என்னால் கண்டுபிடிக்க இயலவில்லை. ஏதாவது ஒரு பன்றி அவர்போல் இருக்கிறது என்று தோன்றிய உடனேயே அதன் உடல் மொழி இல்லை என்றுவிடுகிறது. பன்றியார் பன்றிக்கூட்டத்தில் மறைந்து வாழ்கிறார். அவரும் வெளிப்படுவதாக இல்லை. நானும் விடுவதாக இல்லை.

என்னைப்போல் இன்னொருவர். அவர் யார்? அவர் அகம் என்னவாக இருக்கும்? அவரது புற வாழ்வு என்ன? அவரது கேள்விகள் என்ன? அவரது அனுபவம் என்ன?

பெற்றுவந்த சட்டகத்திற்கு அப்பால் சென்று வந்தவரைப் பார்த்தவுடன் அவருடன் உசாவாமல் இருந்துவிட முடியுமா? பன்றியார் மறைபொருள்போல ஆகிவிட்டார். அவர் மறைய மறைய நான் தேடிக்கொண்டு இருக்கிறேன். நான் என்ன தேடுகிறேன்

என்று தெரியாமலேயே பைரவன் என்னுடன் அங்குமிங்கும் வந்துகொண்டிருந்தான்.

இனிக் கிடைக்கவே மாட்டார் என்பதுபோல் ஆகிவிட்டது. ஓய்ந்து அமர்ந்திருந்த ஒரு இரவுவேளையில் தனித்து அலைந்து கொண்டிருந்த ஒரு பன்றியைப் பார்த்தேன். கிராமத்திற்கும் நகரத்திற்கும் அருகில் உள்ள குறுங்காட்டிற்குள் அது சென்றது. நான் பைரவனை ஏமாற்றி அவனை விடுத்துப் பன்றியார் பின்னால் சென்றேன். அவர் ஒரு பாறைமீது ஏறி நின்றார். நான் புதரில் மறைந்தேன். நான் எட்டிப் பார்த்தேன். அவர் என் திசை நோக்கிப் பார்த்துக்கொண்டு இருந்தார். நான் வெளிப்பட்டேன். அவர் என்னை நோக்கி நின்றிருந்தார்.

இனி நானே நினைத்தாலும் ஓடிவிட முடியாது. நான் அவர்முன் சென்று நின்றேன்.

"வணங்குகிறேன்" என்றேன்.

"வணங்குகிறேன்" என்றார்.

மேற்கொண்டு ஒன்றும் சொல்லாமல் நின்றேன். அவரும் ஒன்றும் சொல்லாமல் நின்றார்.

"உங்களை நான் இனம் கண்டுகொண்டேன்" என்றேன்.

அவர், "கோடு தாண்டியவர்கள் அப்படித்தான். ஒருவரை ஒருவர் அடையாளம் கண்டுகொள்வார்கள். ஆனால் அவ்வளவே. அதற்குமேல் ஒன்றுமில்லை."

"அப்படியானால் நம்மைப்போல் பலர் இருக்கிறார்களா?"

"பலர் இல்லை. சிலர். ஏனோ தெரியவில்லை, காந்தம்போல் ஒருவரை ஒருவர் இழுத்துக்கொண்டே இருக்கிறார்கள்."

"நீங்கள் எத்தனை பேரை அவ்வாறு கண்டிருக்கிறீர்கள்?"

"ஒரு சிலரை. அதனால் ஒரு உபகாரமும் இல்லை. நான் முன்கூட்டியே சொல்லிவிடுகிறேன். எம்மிடம் இருந்து உமக்கு ஒன்றும் கிட்டப்போவது இல்லை. சில நாட்களுக்கு ஒரு சிலாகிப்பு இருக்கும். அதுவும் காலாவதியாகி மறைந்துவிடும். எஞ்சுவது சலிப்பு மட்டும்தான்."

"ஆனால் நான் என்ன வேண்டும் என்று சொல்லவில்லையே?"

"கோடு தாண்டியவர்கள் அனைவரும் வேண்டுவது ஒன்றுதான்.

நான் எச்சரிக்கிறேன். அந்தக் கேள்வியை விட்டொழிக! வேண்டாம். அது உன்னை உண்ணும் மிருகம். உன்னை நீயே அழித்துக் கொள்ளாதே. இவ்விடம்விட்டு நீ நீங்கு. எவ்விடம் இருந்து வந்தாயோ அங்கேயே செல். உன் சட்டகம் திறந்துகொண்டதால் நீ வெளியே வரவேண்டும் என்று கட்டாயம் இல்லை. அங்கேயே வாழ். அதுவாகவே இரு. எண்ணிப்பார். உனக்கு நிகழ்ந்தது வெறும் அனுபவம்தானே. மனித மனத்தில் விசாலத்தைச் சாத்தியத்தைச் சிறிது கண்டுவிட்டாய். அவ்வளவுதானே. உன் பழைய வாழ்வை வாழ்ந்துகொள் அல்லது நடித்துக்கொள். காலப்போக்கில் உன் அனுபவம் புகைமூட்டமாய் மறைந்து போகலாம். இனி நம்மால் முடிவது அது மட்டும்தான். வேண்டாம். நான் சொல்வதைக் கேள். ஆனால் நீ கேட்கமாட்டாய். ஏனென்றால் நான் கேட்கவில்லை. என் வாழ்நாளெல்லாம் இந்த வெற்று அனுபவத்துடன் அலைந்ததுதான் மிச்சம். இதோ நான் என் இனத்தாரிடமே தஞ்சம் வந்துவிட்டேன்."

"ஆனால் தங்களைப் பார்த்தால் தங்களுக்குள் நிகழ்ந்தவையைச் சுருக்கிக்கொண்டவர் போலத் தெரியவில்லையே. அதை இன்னும் உயிர்ப்புடன் மீண்டும் மீண்டும் நிகழ்த்திக்கொண்டு இருக்கிறீர்கள். ஏன் சொல்கிறேன் என்றால் நானும் அதைத்தான் செய்துகொண்டு இருக்கிறேன்."

"உண்மைதான்." பெருமூச்சுவிட்டார்.

"உங்கள் அகம் எம்பிக் குதித்த அத்தருணத்தை என்னுடன் பகிர்ந்துகொள்ள இயலுமா?"

"ஏன்?"

எனக்கு ஏன் என்று சொல்லத் தெரியவில்லை. ஆனால் ஏதாவது சொல்லி அவர் அகம் நுழைய வேண்டும். "என் அனுபவத்துடன் ஒப்பிட.." என்றேன்.

சிறிது நேரம் யோசித்துவிட்டுச் சரி என்று தொடங்கினார். "வயது முதிர்ந்த பெண் ஒருத்தி என்னை வளர்த்து வந்தாள். வெகுகாலமாக என்னைப் பலியிடுவதற்காகத்தான் வளர்த்து வருகிறார்கள் என்பது எனக்குத் தெரியாது.

பலியிடும் நாள் வந்தது. ஊர் மக்கள் குழுமினர். என்னை இழுத்துச் சென்றார்கள். நான் உயிர் அலறினேன். என் மன்றாட்டை எவரும் புரிந்துகொள்ளவில்லை. இரத்த வீச்சம் எழும்பும் அந்தப் பலிபீடத்தின் முன் என்னை இழுத்துக்கட்டினார்கள். என் உயிர் வாங்கும் வாள்

கொண்டுவரப்பட்டது. அதற்குமுன் பலியான உயிர்களின் அதிர்வு அங்குக் குடிகொண்டிருந்த தெய்வத்தைத் துடியாக வைத்திருந்தது. வாள் ஓங்கும்போது என்னை வளர்த்தவள் ஒரு கேவலுடன் சரிந்து விழுந்து மடிந்தாள். அவள் உயிர் அதிர்வு என்னுள் நுழைந்து என்னை ஆக்கிரமித்து விலகியது. அந்த க்ஷணத்தில் நான் அவளாக இருந்து மீண்டேன். அந்த அனுபவமே என்னை இப்படியாக்கியது. அவ்வனுபவமே அன்று என்னைப் பன்றி இல்லை என்று உணரச் செய்தது. அவ்வனுபவத்தின் லட்ஜையில் சிலகாலம் மயக்கத்தில் வாழ்ந்தேன். அனுபவத்தின் வீரியம் குறையக் குறைய வெறிகொண்டு அதைத்தேடி அலைந்தேன். அலையுந்தோறும் அது விலகிச் சென்றது. மன்றாடினேன். உயிர் துடித்தேன். இன்று சலிப்பு என்னை முழுதும் ஆக்கிரமித்துள்ளது. நான் என்னவர்களைத் தேடிவந்து சரண்புகுந்து என் மிச்ச வாழ்வைப் பன்றியாக நடித்துக்கொண்டு இருக்கிறேன். இதுவே எல்லை தாண்டியவர்களுக்கு நடக்கும்."

அவர் சொல்வதைக் கேட்டவுடன் நான் இன்னும் விரைப்பாய் நின்றேன். ஆர்வம் தலையெங்கும் கிறுகிறுக்க வைத்தது. என் அகக்கணக்குகள் கூடி வந்தன. பன்றியாரைப் பார்த்தேன். அவர் பாறையின் மீது படுத்திருந்தார்.

உலகுக்கே அறிவிப்பதுபோல் அவரிடம் சொன்னேன், "ஏறக்குறைய எனக்கும் இதுவே நடந்தது. எனது எஜமானர் துர்மரணம் எய்தினார். மீந்தும் வயதுடைய வலுவான தேகம் கொண்டவர். அவரது இறுதி நாட்களில் அவருடனேயே நான் இருந்தேன். அவர் உடல் நலிவதைக் கண்டேன். அவர் உயிர் அதிர்வும் உடலும் தளர்வாகப் பின்னப்பட்டு இருந்தது. அவர் ஒவ்வொரு செயல்பாடாக நிறுத்திக்கொண்டு வந்தார். அவர் உடல் எல்லைகளைத் தாண்டி விரியவும் சுருங்கவும் இருந்தார். அப்படி ஒரு விரிவின்போது நான் தற்செயலாக அவரின் எல்லைக்குள் வந்துவிட்டேன். நான் என்பதும் அவர் என்பதும் சில க்ஷணப்பொழுதுகள் வானவில் கலவை போல் கலந்து மீண்டோம். பிறகு அவர் உடல் விட்டிருந்தார். நான் அப்போது இருந்து நாயின் அடையாளம் தொலைத்தவன் ஆனேன்." என்றேன்.

"..........."

"இதற்கெல்லாம் ஏதாவது காரணம் இருந்தாக வேண்டும். வெறும் தற்செயல் என்று எப்படி எடுத்துக்கொள்வது. நாவின்முன் உணவு என இவ்வனுபவம் அமர்ந்திருக்கும்போது எப்படி இதை நிராகரித்து வாழ்வு தொடர்வது." என்றேன்.

"வாஸ்தவம்தான். இருக்க வேண்டும். இருக்கலாம். அப்படித்தான் நானும் நினைத்தேன். ஆனால் என் ஒவ்வொரு முயற்சியும் தேடலும் பாறைமீது மோதும் பறவைபோல ஆகிவிட்டது." பன்றியார் இறுதியாகச் சொன்னார், "சரி. இதற்குமேல் நாம் ஏதும் உரையாட வேண்டாம். இதனால் கிட்டப்போவது ஏதுமில்லை. நான் செல்கிறேன். மறுமுறை நாம் சந்திக்க மாட்டோம் என்று நம்புகிறேன். உண்மை— யிலேயே நான் உமக்காக வருந்துகிறேன். எமக்காகவும் வருந்துகிறேன்." சொல்லிவிட்டுப் பாறையில் இருந்து இறங்கினார்.

"ஏன் என் நம்பிக்கையை உடைக்கிறீர்? இப்போது நான் என்ன செய்ய? எங்குச் செல்ல?" என்றேன்.

"எங்கிருந்து வந்தாயோ அங்கேயே செல்" என்று அபத்தமாக ஏதோ சொல்லிவிட்டு இருளுக்குள் மறைந்தார்.

நான் விடியும் வரை அந்தக் குறுங்காட்டிற்குள்ளேயே இருந்தேன். மீண்டும் என் பழைய வாழ்விடம் நோக்கிச் செல்வதா? அல்லது மறுதிசை நோக்கித் தொடர்வதா? பழைய வாழ்விடம் என்பது பழைய வாழ்க்கை. தெரிந்த வாழ்க்கை. பழகிப்போனது. சுலபமானது. ஆச்சர்யம் அற்றது. அதிசயம் அற்றது. கேள்விகளே இல்லாதது. பதில்களினால் ஆனது. ஆனால்... ஆனால்.. ஒன்றே ஒன்றுதான் இடைஞ்சல். அங்கு இருந்து புறப்பட்டவன் அல்ல மீண்டும் அங்குச் சென்று சேர்வது. அவன் மண்ணில் உலவும் நாய். நானோ வானில் புறப்பவன். என் இலக்கு வானில் உள்ளபோது மீண்டும் மண் தொடுவது என்பது மரணம். என் பிரக்ஞையின் உத்தரவு இல்லாமலேயே என் கால்கள் என்னை மறுதிசை நோக்கி இழுத்துச் சென்றன.

4 - நிமிர்ந்தமர்ந்த கடுவன்

நீரோ ஆகாரமோ இல்லாமல் ஓடிக்கொண்டிருந்தேன். நிலங்கள் பல கடந்துபோகும் என்னைப் பொழுதுகள் பல கடந்து போனது. என் எண்ணமெல்லாம் அவ்வனுபவம் மட்டுமே. கேள்விகளாக மாறாத அவ்வனுபவம் மட்டுமே. ஒருவேளை அவ்வனுபவத்தைக் கேள்விகளாக மாற்றினால் அது வெறும் நினைவாகத் தங்கிவிடும். புனைவாகக் குறைந்துவிடும். மீண்டும் அவ்வனுபவம் தேவை. அங்கே அதிலே இருக்கும்போது என் கேள்விகள் உருவாகட்டும். அல்லது பதில்கள். அதுவரை ஓடுவேன். என் நான்கு கால்கள் முறிந்து விழுந்தாலும் நான் ஓடுவதை நிறுத்தப்போவது இல்லை. கால்கள் என்று என் சிந்தையில் வரும்போதே அவை நான்கு அல்ல எட்டு என்று உணர்ந்தேன். திரும்பிப் பார்க்கையில் பைரவன்.

புதியதாய்க் கிளம்பிய நான் என் பழைய வாழ்வைக்கூடக் கூட்டிச் செல்பவன் போல் ஆகிவிட்டேன்.

பைரவரின் முகம் பார்த்தவுடன் என் உளம் தளர்ந்தது. உடல் சோர்ந்தது. பசித்தது. நாங்கள் நின்ற இடம் ஒரு மலை அடிவாரம். சற்றுத் தொலைவில் ஒரு அடிவாரக் கோவில். அங்குச் சென்றால் கிட்டும். நாங்கள் எட்டுக் கால்களுமாக இரு வயிறுகளுமாக அங்கு சென்றோம். அங்கே பலவிதமான கடைகள் பலவிதமான மனிதர்கள். ஆகையால் பலவிதமான உணவுகள். பைரவன் எனக்கும் சேர்த்து சாப்பிட்டான். பிறகு ஒரு மரத்தடியில் தலை சாய்த்தான். எனக்கும் வயிறு நிறைந்திருந்தது. ஏதோ ஒரு சமரசம். அடிவாரம் முழுதும் மனிதர்கள், காக்கைகள், கழுதைகள், எருமைகள், குரங்குகள். அதிசயமாகப் பைரவனைத்தவிர இங்கு நாய் என்று வேறு எதுவும் இல்லை.

செல்வதற்குப் பல இடம். ஆனால் செய்வதற்கு ஒன்றுமில்லை. ஆகையால் மலைப் படிக்கட்டுகளில் ஏறினேன். ஏறும்போது வந்த முதல் சந்நிதியில் சில எருமைகள் சில காகங்கள் இருந்தன. மந்தகதியாக ஒரு கூட்டமாக நின்று அசைபோட்டுக் கொண்டிருந்தன எருமைகள். எந்த ஒரு எருமையையும் பிரித்தறிய முடியாதபடி அவைகள் கூட்டுப் பாவனையோடு இருந்தன. அவைகள் மேல் காகங்கள் உண்ணி பொறுக்கிக்கொண்டு இருந்தன. காகங்களுக்குத் தெரிந்திருக்கும் 'தான் காகம், இது எருமை' என்று. ஆனால் எருமைகளுக்குத் தெரியுமா 'தன்மேல் அமர்ந்திருக்கும் காகம், தான் இல்லையென்று'. எருமைகள் கிடக்கட்டும் எனக்குத் தெரியுமா? எது எஜமானன் எது நான் என்று. எது அவர் வாழ்வு எது என் வாழ்வு என்று. இறந்தது யார். எஞ்சி இருப்பது யார். நான் அறியும் என் மனதின் ஒரு துண்டு என்னுடையது இல்லை. என்னைக் கொதிகலனாக வைத்திருக்கும் இந்தப் பிரக்ஞையை அறுத்து எறிந்தால்தான் என்ன. முடிந்தால் செய்திருக்க மாட்டேனா? இங்கேயும் எனக்குக் கிட்டப்போவதோ ஆகப்போவதோ ஒன்றும் இல்லை.

அவைகள் என்னைச் சட்டை செய்யவில்லை. எருமைகளைக் கடந்து மேலே ஏறினேன். இரண்டாம் சந்நிதியில் கழுதைகள் சில நின்றன. வெவ்வேறு நிறங்களினால் ஆனவை. சற்று நேரம் நின்று அவைகளைப் பார்த்தேன். ஏதோ ஒரு காலத்தில் தன் ஸ்வதர்மத்தைக் கைவிட்ட குதிரைகள் என்று பட்டது. இல்லையென்றால் கழுதைகளின் இருப்பை எப்படிப் புரிந்துகொள்வது? கழுதைகளின் இருப்பு இருக்கட்டும் என் இருப்பு என்ன?

வெறும் மிருகமாக இருந்த காலத்தில் உறக்கத்தில் இருப்பதுபோல் இருந்தும் இயற்றியும் வாழ்ந்தேன். மனுஷ்ய மனதின் சஞ்சாரத்—திலிருந்து எதையோ எய்தத் துடிக்கிறேன். புலப்படாததை எய்தத் துடிக்கிறேன். என் எஜமானர் பரிசளித்துவிட்டுச் சென்ற துயரம் இது. இது தேர்ந்தெடுக்கப்பட்டவர்களின் துயரமா அல்லது தற்செயலின் துயரமா? மனம் கனத்திருந்தது. இவை அனைத்தும் எனக்குப் புதிய உணர்வுகள். இருந்தும் ஏதோ ஜென்ம ஜென்மமாக என்மேல் படிந்திருந்தது போல.

தலையைத் தொங்கப்போட்டவாறு மேலே ஏறினேன். மேலே செல்லச் செல்ல மூச்சு வழக்கத்திற்கு மாறாக வேகமாக இழுத்தது. உடல் களைத்து உணர்வுகள் அலையடிக்காமல் சமரசம் கொண்டிருந்தது. அந்திக் கவிழ்வதுபோல் அந்தப் பரிச்சய வாசனை என்னை நிரப்பியது. பன்றிக் கூட்டங்களுக்கு நடுவில் இருந்த அந்த ஒற்றைப் பன்றியாருக்கு இருந்த அதே மணம். எஜமானர் உடல்விட்டு என்னை நிரப்பி வழிந்தோடியபோது இருந்த அதே மணம். பன்றியார் இங்கு எங்கே வந்தார். அதுவும் எனக்கு முன். அவர் மீண்டும் இனம் நீங்கினாரா? அல்லது... அல்லது... என் எஜமானரா? என் துயர் கண்டு வானிறங்கி வந்துள்ளாரா? அவர் விட்டுச்சென்ற மிச்ச பதங்களை மீட்டுச் செல்வாரா. நான் மீண்டும் நாயாய்ப் போவேனா? அப்படியானால் இதுவரை இருந்த நான்? இதுவரை வந்த நான்? இல்லை.. இல்லை.. பல எண்ணங்கள் என்னை ஆக்கிரமித்தன. ஆர்வம் பீறிட அங்குமிங்கும் பார்த்தேன். நான் தேடியவர்கள் யாரும் இல்லை. ஆனால் அந்த வாடை மலை முழுதும் வீசியடித்தது. என்னைப் போன்ற இன்னொன்றின் இருப்பு தன்னை உக்கிரமாக அறிவித்துக் கொண்டிருக்கிறது. நான் ஊகித்தவர்கள் அங்கு எங்கும் இல்லை. ஊகிப்பதை விடுத்து நிமிர்ந்து பார்த்தேன். எதிரில் ஒரு மொட்டைப் பாறையில் கண்கள் மூடி; கால்கள் மடக்கி; நிமிர்ந்து அமர்ந்திருந்தது ஒரு குரங்கு.

மலையின் மேல்காற்று இலகுவாக வீசிக்கொண்டிருக்க அதன் இனிமையில் லயித்திருப்பதுபோல குரங்கு அமர்ந்திருந்தது. கடைசியாக என்னைப்போல் ஒருவர். என் இருப்புக் கொள்ளாமையை, தேடலை, தவிப்பைப் புரிந்துகொள்ள சாத்தியங்கூடிய ஒரு ஜீவன். நான் ஆர்வமிகுதியால் பாறையின் அருகில் சென்றேன். பாறையின் மீது ஏறமுடியாததால் அங்கேயே அமர்ந்து குரங்காரின் அருகாமையில் அவரின் அதிர்வு வட்டத்திற்குள் அமர்ந்து காத்திருந்தேன்.

என் இருப்பே அவருக்கு ஏதோ சஞ்சலத்தை உருவாக்கி இருக்கலாம். கண்களைத் திறந்து என்னை நோக்கினார். நான்

எழுந்து நின்றேன். என்னை அறியாமலேயே என் வால் ஆடியது. கெஞ்சலான முனகல் ஒலி என்னில் இருந்து எழுந்தது. என்னைப் பார்க்கிறாரா அல்லது என்னை ஊடுருவி என் அனைத்தையும் பார்க்கிறாரா? பார்த்தவர் ஒன்றும் சொல்லாமல் எழுந்து அங்கிருந்து மலை காட்டிற்குள் செல்லத் திரும்பினார். நான் பதட்டமாக "எஜமானரே…" என்று இறைஞ்சிக்கொண்டே எழுந்தேன். அவருக்குப் புரியுமோ புரியாதோ.

திரும்பியவர் அப்படியே நின்றார். அவர் முதுகு என்னை நோக்கி இருக்க, "தவறு.." என்றார்.

"என்ன தவறு எஜமானரே?"

"எஜமானர் என்று விளித்தது." திரும்பினார்.

"மன்னியுங்கள். நான்.." என்று தொடங்கும்போது அவர் இடைமறித்து "என்னிடம் உமக்குக் கிட்டப்போவது எதுவும் இல்லை." அலை அலையாய் வருபவர்களை நான் பரிதாபமாகவே பார்க்கிறேன்.

"அலை அலையாய் வருகுகிறார்களா? அப்படியானால்.."

"வேண்டாம். என்னைப் பொருட்படுத்தாமல் கடந்து செல்." என்றார்.

"எங்கே செல்வது? எனக்குத் தஞ்சம் என்று யாரும் இல்லை. கருணை செய்யுங்கள். நீங்கள் யார். எனக்கான உங்கள் பதில் என்ன?"

என்னைக் கூர்ந்து பார்த்த குரங்கார். "மன்னிக்கவும் நான் அறிஞனோ ஆசிரியனோ அல்ல. என் வினை முடியும் வரை; உடல் உதிரும் வரை இருந்துவிட்டுப் போவது மட்டுமே கர்மமாகக் கொண்டுள்ளவன். புதுவினையில் நான் ஈடுபடுவது இல்லை. என்னிடம் பதில் இருக்கிறது. ஆனால் அது என்னுடைய கேள்விக்கான பதில். உன் கேள்விக்கான பதில் உன்னிலிருந்து வரும். அதுவரை கேள்வியுடன் இரு."

"……"

குரங்கார் கேட்டார், "நீ எத்திசை நோக்கி சென்று கொண்டிருந்தாய்?"

"சூரியன் மறையும் திசை."

“அப்படியானால் அங்கேயே செல்” என்றுவிட்டு மரக்கிளை தாவினார்.

“நீங்கள் எங்கே செல்கிறீர்கள் ?” என்றேன்.

“கிளம்பிய இடத்திற்கே...” என்று சொல்லிவிட்டுக் காடு மறைந்தார்.

5 - நலம் செய்த நல்லரவம்

குறைவாகப் பேசி அதிகமாகச் சொல்லிச் சென்றவரிடம் என் புத்தி இன்னும் பேசிக்கொண்டுதான் இருந்தது. அவர் என்னுள் நிறைய பேசினார். அவரிடம் பேசிக்கொண்டே மீண்டும் மேலே ஏறினேன். அந்தி எழும்பி சாய்ந்தது. இரவு விரித்துப் படர்ந்து நிலைகொண்டு கரைந்து மறைந்தது. ஆதவன் எழும்போது மலையின் மணிமுடி மீது அமர்ந்திருந்தேன். பன்றியாரின் சங்கடமும் குரங்காரின் சலிப்பும் நம்பிக்கையூட்டுவதாக இல்லை. அங்கேயே அமர்ந்து அகாலத்தைப் பார்த்துக் கொண்டிருந்தேன். எனக்கு வெளியே என் பிரக்ஞை பரவிக் கிடந்தது.

அப்போது மிக நீண்ட கருநாகம் ஒன்று என்னைப் புதருக்குள் இருந்து எட்டிப் பார்த்தது. அது தரையைச் சூக்குமமாக அதிரச்செய்தது. அந்த அதிர்ச்சியில் சுற்றி இருந்த சின்ன சின்ன உயிர்கள் எல்லாம் செயல் ஸ்தம்பித்தன. செயலை விழுங்கும் செயலை நான் மெய்மறந்து பார்த்துக்கொண்டு இருந்தேன். இனி எந்த இரையையும் அதன் எதிர்ப்பு இல்லாமல் கருநாகத்தால் எடுத்துக்கொள்ள முடியும். அரவம் என்னை நோக்கி வந்தது. நான் பார்த்துக்கொண்டு இருந்தேன். அரவம் என் கால் சுற்றியது. நான் அசைவின்றி இருந்தேன். அரவம் என் உடல் சுற்றியது. நான் அசையும் ஆதார உணர்வு இன்றி இருந்தேன். அரவம் என் தலை சுற்றியது. எஞ்சியிருந்த பய உணர்வும் என்னை விட்டு நீங்கியது.

நான், நான் மட்டுமாக இருந்தேன். நானின்றி வேறேதும் இல்லாமல். ஒழுகி ஒழுகி ஏதோ ஓடியது.... நினைவுகள் வழுக்கி வழுக்கி வழிந்தது.... உணர்வுகள் மேலும் கீழுமாக அதன் உச்ச விசையில் அலையடித்து ஓய்ந்து மறைந்தது...

பிரவாகத்தில், இருளில், கருமையில் நான் விரிந்து விரிந்து சென்றேன். சுருங்கிச் சுருங்கி மறைத்தேன. ஆழத்தில், ஆழத்தில், ஆழத்தில் என்று சென்றேன். நேர்க்கோட்டு நேரம் சிதறியது. பிறகு நான் அகப்படவில்லை. அரைக்ஷணமோ அனந்தகோடி ஆண்டுகளோ நான் அகப்படாமல் கரைந்திருந்தேன். சுகவதி சஞ்சாரம்.

எப்படி எப்போது என்று தெரியவில்லை. இல்லாத இடத்தில் ஒரு பய உணர்வு துளிர்த்தது. பயம் மட்டுமே இருந்தது. அதே பழைய பய உணர்வு. அதன் உக்கிரம் கூடிக்கூடி வந்தது. அதன் விசை பெருகியது. ஓடுகிறேன் அது என்னைத் துரத்துகிறது. மிதக்கும் என்னை அலையடிக்கிறது. கண் திறக்க வேண்டும். அதற்கு ஏதாவது ஒரு எண்ணம் என் புத்தியில் உதிக்க வேண்டும். ஏதாவது ஒரு எண்ணம். அழுத்தம் நிறைந்து நிறைந்து கூடிக்கூடி வெடிக்கும் துளி க்ஷணத்திற்கு முன் பொருளற்ற ஓசை ஒன்று எண்ணக் கீற்றாக என்னுள் துளிர்த்தது, அதைக் கெட்டியாகப் பிடித்துக் கொண்டேன். அது சொல்லாக மாறும்போது பெருவெடிப்பாகக் கண்கள் திறந்தேன். வெளி உலகம் என் கொள்ளளவு மீறி என்னுள் பாய்ந்தது. பிறகு நான் பல மணிநேரம் ஊளை விட்டுக்கொண்டிருந்தேன் என்று அன்று என் அருகில் இருந்த குதிரையார் பின்னொரு நாளில் சொன்னார்.

6 - இருகூறுள்ள அசுவதி

குதிரையார். ஆம் மட்டக்குதிரையார். அனைத்துமாகிய நானிலிருந்து சறுக்கி மீண்டும் சட்டகம் ஒடுங்கும் நானாக ஆனபின், நான் கண்ட முதல் காட்சி குதிரையார். அவர் என்முன் ஆர்வமாகவும் பணிவாகவும் நின்றிருந்தார். நான் பன்றியாரிடமும் குரங்காரிடமும் நின்றிருந்ததைப்போல. குதிரையாரிடம் இருந்து எழுந்த மணம் அவர் யாரென்று சொல்லியது. அவரது மென்மயிர் வால் ஓயாமல் ஆடியது. அவரது குறுகிய கால்கள் பரபரப்பாக என்னை வட்டமடித்தது. அவரது வட்டப்பரப்பு மூக்கு ஆனந்தத்தில் சிலிர்த்தது. மென் ரோமங்கள் குத்திட்டு நின்றன. அவரது குதூகலம் புரியாமல் நான் அவரை விநோதமாகப் பார்த்தேன்.

அகம் தெளிவாக இருந்தது. ஆனால் புறம் ஒன்றும் புரியவில்லை. அருகில் பைரவனும் இல்லை. நான் எழ முயன்றேன். என் கால்கள் தடுமாறின.

“எஜமானரே... மெதுவாக... பதினான்கு நாட்கள் ஆகிவிட்டது..” என்றார் குதிரையார் பதட்டமாக.

எனக்கு அவ்வாக்கியத்தில் எல்லாச் சொற்களும் அந்நியமாக இருந்தது. எதுவும் தொடர்புபடுத்த முடியவில்லை. “யார் எஜமானர்? என்ன பதினான்கு நாட்கள்?”

“எஜமானரே, தாங்கள் கடந்த பதினான்கு நாட்களாக கால்மடக்கி தரையோடு தரையாக அமிழ்ந்து ஆனந்தப் பிரவாகத்தில் திளைத்திருந்தீர். நான் முதல் நாளிலேயே தங்கள் ஆனந்தப்

பெருநிலையை நுகர்ந்து கண்டுகொண்டேன். அன்றிலிருந்து தங்களுக்கு அரணாக நான் பணிசெய்து வருகிறேன். என்னை ஆசீர்வதித்து அருள் செய்யுங்கள்."

நான் தடுமாறி எழுந்தேன். குதிரையார் என் அருகில் வந்து நின்று பணிவாகத் தலைதாழ்த்தி "அருள் செய்யுங்கள்" என்றார்.

"நீர் எய்துவது கிட்டட்டும்.." என்றுவிட்டு எங்கோ நடந்தேன். ஏன் அப்படிச் சொன்னேன் என்று நினைத்துக்கொண்டே நடந்தேன். குதிரையார் தகுந்த இடைவேளை விட்டுப் பின்னால் வந்துகொண்டிருந்தார். நான் மெல்ல நடந்து ஒரு மரநிழலை அடைந்தேன். அதன் கீழ் உள்ள மணல் திட்டில் ஏறி மணலில் எனக்கு அளவான குழி பிறாண்டி அதன் மேல் ஒருக்களித்து படுத்துக் கொண்டேன். தலைதூக்கிப் பார்த்தேன். குதிரையார் அருகில் வந்து நின்றார்.

அவரைக் கவனிக்காமல் என்னைக் கவனித்தேன். எண்ணங்கள் கூட்டாகத் தனியே ஓடிக்கொண்டு இருந்தது. நான் தனியாக; எண்ணங்கள் தனியாக இருந்தது. என் எண்ணங்கள் என்னுடையது என்று சொல்ல முடியாத அளவிற்கு நான் வேறாக என் எண்ணங்கள் வேறாக இருந்தோம். மனித மனத்தின் எல்லை கடந்திருந்தேன். இப்போது வேறு ஒரு எல்லை. அலங்கரிக்கப்பட்ட எல்லை. நிகழும் எல்லை. வசீகரமான எல்லை. ஆனால் எல்லை.

புதிய எல்லைக்குட்பட்ட அனைத்துப் பிரதேசங்களையும் நான் என்னுள் சென்று தொட்டேன். அதன் விரிவையும், எழுச்சியையும் வீழ்ச்சியையும். தன்னிலை இழக்கும்தோறும் நான் அங்குச் சென்றேன். நேரங்காலம் இளகி அங்கு நான் வாழ்வாங்கு வாழ்ந்தேன். அந்த எல்லைக்குட்பட்டு. அது எல்லை என்பதினாலேயே நான் இன்னமும் கட்டுண்டவன் என்று தெரிந்தது.

அக உலகம் சலிப்படைந்தது. புதிய எல்லைக்குள் இனி வகை வகையான நாடகங்கள்தான் மிச்சம் என்று தெரிந்தவுடன் அது மேலும் சலிப்பூட்டியது.

தன்னிலை மீளும்தோறும் குதிரையார் என் முன்னால் இருந்தார். என் ஒரு துண்டு மனத்தை அவர்மீது வைத்தேன். அவர் தீவிரமாக இருந்தார். அவரது தீவிரம் என்னை முழுதுமாக ஈர்க்க, நான் முழு பிரக்ஞையையும் அவர்மீது வைத்தேன்.

"அருள் செய்யுங்கள்..." என்றார்.

"தாங்கள் மனித மனம் கண்டவர் இல்லையா?"

"ஆம்.. அன்றிலிருந்து நான் குதிரையாக இல்லை." நான் அமைதியாக இருந்தேன்.

அதை உணர்ந்து அவர் தொடர்ந்தார். "சிறுவர்கள் எங்கள்மீது கல் எறிவது வழக்கம். அவர்களது விளையாட்டு; எங்கள் உயிர் அச்சம். அன்று சிறுவன் ஒருவன் என்னைத் துரத்தினான். நான் தண்டவாளம் மேல் ஓடினேன். அவன் பின்தொடர்ந்தான். ரயில் எங்களை அடித்துச் சென்றது. நாங்கள் விண்ணில் தூக்கி வீசப்பட்டோம். நான் விழுந்தேன். அவன் என்மீது விழுந்தான். நாங்கள் இருவரும் வெகுநேரம் உயிர் துடித்தவாறு அங்கேயே கிடந்தோம். எவர் மரித்தார். எவர் பிழைத்தார் என்று தெரியவில்லை. அன்றிலிருந்து என்னுள் ஒரு பாகம் நானல்ல என்றானது. நானல்லாத ஒரு பாகம் என்னை என்னுள் இருந்து இடைவிடாது கவனித்துக்கொண்டு இருக்கிறது. உக்கிரமாக. அந்த உக்கிரத்தைத் தாங்கிக்கொள்ள முடியவில்லை. பழகிக்கொள்ளவும் முடியவில்லை. அது என்றும் விழித்தே இருக்கிறது, நான் உறங்கும்போதும். நானல்லாத அந்தப் பாகம் நானாகிய என்னை மாற்றி அமைத்துக்கொண்டே இருக்கிறது. விளைவு இன்று நான் குதிரை அல்ல. நான் எது என்று எனக்குப் புலப்படவில்லை."

குதிரையார் சொல்லி முடிக்கும்போது நான் எழுந்து நின்றிருந்தேன். உடல் விதிர்த்தது. பரிபூரண விழிப்புநிலை தன்னைத்தானே அறிவித்துக் கொண்டது. மணற்திட்டில் இருந்து இறங்கி வந்து குதிரையார் முன் நின்றேன்.

"அருள் செய்யுங்கள்..." என்றார்.

"எனக்கு அருள் கிட்டியது. இவ்வாடலின் விளைவு எய்துவதில் இல்லை." என்று அவரைப் பார்த்து கூறினேன். கூறியதால் எனக்குப் புரிந்தது. தெளிந்தது. "நான் புறப்படுகிறேன்." என்றேன்.

"எஜமானரே, எங்கு?"

"புறப்பட்ட இடத்திற்கு," என்றுவிட்டுத் திரும்பிப் பார்க்காமல் நடந்தேன்.

7 - செல்லுறு கதியில் செல்லும் வினை

செல்திசை துலங்க; மனம் முன்செல்ல; உடல் பின்சென்றது. செல்லச் செல்ல பயணம் யாத்திரை ஆனது; நீர்நிலைகள்

விஜயகுமார் சம்மங்கரை

தீர்த்தங்கள் ஆகின; கூடாரங்கள் ஆலயங்கள் ஆகின. நட்ட கற்கள் நின்ற தெய்வங்களாகத் தெரிந்தன. மறைபொருட்கள் நிரைநின்று தெளிந்தன. மனம் முந்தி சென்றதால் அது உடல் பிணைப்பை அறுத்துக் கொண்டது. மனமும் உடலும் வேறுவேறாக இருந்ததால் அங்கு உராய்வு ஏதும் இல்லாமல் இருந்தது. உராய்வற்ற அந்த சுகவதி வெளியில் நான் என்ற இருப்பு தன்னைத்தானே புதுப்பித்துக் கொண்டிருந்தது. க்ஷணம்தோறும் புதுமை நிகழ்ந்ததால் ஜனனமும் மரணமும் ஒன்றுபோல் நிகழ்ந்தது. என் ஆற்றல்கள் அதனதன் கருவடிவு தொட்டது.

வான்நீர் கடல் மீள்வதுபோல். நான் புறப்பட்ட இடம் மீண்டேன். ஒரு உலுக்கலில் நான் தன்னிலை மீண்டேன். தன்னிலை மீண்டதும் உணர்ந்தேன். நான் அந்த சுகவதி வெளியில் இப்போது இல்லை. இது என்ன விளையாட்டு. அப்படியானால் இதுவரை நான் இருந்த வெளி என்ன. முதலில் மனித மனத்தின் சஞ்சாரம் பின்பு அதை மீறிய சுகவதி வெளியின் சஞ்சாரம். மீண்டால் அதே பழைய நான். அந்த சஞ்சாரங்களினால் அடைந்த மாற்றம் என்பது வெறும் உளமயக்கா? அல்லது உன்னத பாவனையா? அந்த உன்னதம் களைந்தால்? வெறும் பாவனைதானா? அப்படியானால் நான் உதறிவிட்டதாக நினைத்தது? வெறும் சருகுகளைத்தான். என்மேல் படிந்த சருகுகள். அதற்கு அடியில் இருப்பது பழைய நான்தானா?

என் ஊர் வந்தடைந்திருந்தேன். அதே மலையடிவாரம். ஊர் செயலின்மையில் மங்கியிருந்தது. தெருக்கள் வெறிச்சோடிக் கிடந்தது. எங்கும் ஊதக்காற்று தங்குதடையின்றி வீசியது. ஊருக்குப் பழக்கமில்லாது அந்நியத்தன்மை குடிகொண்டிருந்தது. அழுகிய சதையின் கெட்ட வாடை ஊரெங்கும் மணந்தது. பாதுகாப்புணர்வு ஓங்கி எழுந்தது. உடலும் உளமும் இறுகிக்கொண்டது.

அரவம் பூமி அதிர்வைக் கணிப்பதைப்போல நான் ஊரின் நுண் அதிர்வுகளை நுகர்ந்து உணர்ந்தேன். ஊரை இதுவரை அச்சமும் குற்றவுணர்வும் நிகழ்த்திச் சென்றிருந்தது. அச்சம் வன்முறையாக, குற்றவுணர்வு களிப்பாட்டாமாக முதிர்வடைந்து அதனதன் உச்சகதியில் திகழ்ந்து அழிவை நோக்கிச் சென்றுகொண்டிருந்தது. காட்டை ஊர்கொள்ள நினைத்தது. ஆனால் காட்டின் கை ஓங்கி—யிருந்தது. ஊர் நெருப்பையும் இரும்புகளையும் காடுநோக்கி வீசியது. காடு மழையையும் காற்றையும் வீசியது. ஊர் விஷம், வலை, கணை என்று முன்னேறியது. காட்டின் அதிபதிகளான சிங்கம், புலி, சிறுத்தை, நச்சரவம், மதக்களிறு என்று ஊர் இறங்கியது. ஊரின்

பிரஜைகளாகிய மனிதர்கள் நாய்கள், பன்றிகள், மாடுகள், ஆடுகள், பூனைகள், கோழிகள் என்று சிலர் பலியாகச் சிலர் ஊர் நீங்க சிலர் வீடு பதுங்கினர்.

ஊரைக் காடு கொஞ்சம் கொஞ்சமாக விழுங்கிக் கொண்டிருந்தது. ஊரின் ஒரே மீட்பு காடு. அதை எடுத்துக்கொள்வதுதான் என்று பட்டது. இல்லை இல்லை. ஒருபோதும் இதை அனுமதிக்கக்கூடாது. நான் காவல் புரிந்த ஊர். என் பொறுப்பு வளையத்திற்கு உட்பட்டது. பறந்தெழ முற்பட்டேன், என் மண் காணாமலாக்கவா? என் அறம் இதைக் காப்பதுதானே? அப்படியானால் என்னுள் நடந்த மாற்றத்திற்கு என்ன பொருள்? எனக்கு இப்போது வேறு அறம் உள்ளது. என்னை நானே விடுவிக்கும் அறம். எனது மாற்றத்திற்கு முன் நான் ஏற்று இயற்றி வந்த அறம் காலாவதியாகிவிட்டதா? அதற்குத்தக்க நியாயம் செய்யாமல் பிறிதொரு அறத்தை நாடி செல்வேனா? வேண்டாம். வேண்டவே வேண்டாம்.

அதுவும் வேண்டாம். இதுவும் வேண்டாம். அறச்சங்கடம் எனக்கு வேண்டாம். ஏற்ற அறமும் இயற்றவில்லை. விளையும் அறமும் கிட்டவில்லை. இப்போதே இங்கேயே நான் பொசுங்கிப் போக விழைகிறேன். சாம்பலாகப் போக. இந்தக் காடு ஊர் கொள்கிறது. என்னையும் சேர்ந்து கொள்ளட்டும். அதன் கணைகளினால் நான் இல்லாமல் ஆகட்டும். நான் இதற்குமுன் பலமுறை காடு பிரவேசித்திருக்கிறேன். சாகசத்திற்காக. காட்டின் பிரதேசங்கள் ஆராய்ந்திருக்கிறேன். அதன் சவால்களை எதிர்கொண்டிருக்கிறேன். அதன் அடியில், அதன் இடையில், அதன் உச்சியில் என் தடம் பதித்திருக்கிறேன். அதனால் நான் காடு வென்றவனாகிவிட முடியுமா? ஊர் திரும்பிய நான் அதே பழையவன் தானே. உண்மையான சாகசம் உண்மையான சஞ்சாரம் நான் காடு பிரவேசிப்பதில் இல்லை. காடு என்மேல் பிரவேசிக்க அனுமதிப்பது. அது நிகழட்டும். அதுவே என் அனைத்து அறச்சங்கடங்களின் முடிவு.

என் முன்வினை மலைபோல் அப்படியே குவியலாக இருந்தது. வினை அறுக்கும் வினை தெரியாததால் வருவினை விளைந்து இருப்பதைத் தவிர வேறு கதியில்லை எனக்கு.

ஊரின் வீதிகளில் அலைந்தேன். அதன் பிரதான அகண்ட வீதியில் மேலும் கீழுமாகச் சென்று வந்தேன். அங்கேயே கிடந்தேன். எதுவரினும் அதற்கு ஒப்புக்கொடுப்பது என்று. காடு என்மேல் கவிழும் என்ற பிரம்மை. அதன் சாரம் என்மேல் படியும் என்ற நினைப்பு. நீரோ ஆகாரமோ இல்லை. அது தேவையும் படவில்லை. விழிப்பும்

மயக்கமும் குழம்பியது. இருப்பும் இல்லாமையும் குழம்பியது. நான் என்றும் பிறன் என்றும் இல்லாமல் ஆனது.

அந்த நீண்ட வீதியின் இறுதியில் ஒரு உருவம். நான் அரைமயக்கத்தில் அதைப் பார்த்தேன். எனக்குத் தெரிந்தது. காட்டின் சாரம் அதன் அதிபதியாக வந்து நின்றது. அதன் பிடரி, அதன் நீண்ட வால், அதன் தேஜஸ், அதன் வடிவ இலக்கணம், அதன் மஹாகாயம், அதன் மஹா இருப்பு. என்னை நோக்கிப் பெரும் நிதானமாகப், பெரும் நடை எடுத்து வந்துகொண்டிருக்கிறது. நான் எழுந்தேன். அது தூரத்தில் இருந்தாலும் அதன் பேருருவம் என் சிந்தையை, தூக்கத்தைக், கனவை, ஆழுள்ளத்தை முழுதும் நிரப்பி என்னை ஆக்கிரமித்துக் கொண்டது. ஓடிச்சென்று அதன் தாள் பணிவதா? பணிந்து அதற்கு உணவாவதா? அது சரிவருமா? அல்லது அதை எதிர்கொண்டு போர் புரிந்து மரணம் எய்துவதா? எது என் முடிவு? எது மஹா மரணம்?

உடலில் புதுக்கிளர்ச்சி. கால்களில் புதிய பலம். ஒரு உலுக்கலில் ஒரு எட்டு வைத்தேன். எட்டு நடையாகி; நடை ஓட்டமாகி. அதை எதிர்கொண்டு விரைந்தேன். அதன்மேல் தாவி அதன் ஆகிருதியைச் சோதித்து முடிவு எய்துவேன்.

நான் அதை நோக்கி ஓட அது என்னை நோக்கி ஓடி வந்தது. அது ஓடி வருவதால் நான் வீறுகொண்டு வேறொரு எண்ணமில்லாமல் அதைநோக்கி ஓடினேன். அருகில் வரவர அதற்கு நான் துலங்கினேன். அது மேலும் நன்கு துலக்கமாகத் தெரிந்தது. தெரிந்ததும் ஒரு திடுக்கிடலில் என் கால்கள் இடறி நான் தரை விழுந்து புரண்டு அதன் பாதங்களின் அருகில் இழுத்து எறிந்தாற்போல் சரிந்து விழுந்தேன்.

நான் எழுந்து அதைப் பார்த்தேன் அது என்னைப் பார்த்தது. நாங்கள் இருவரும் பார்வையாக மட்டுமே இருந்தோம். பார்ப்பதைத் தவிர பிறிதொன்றாய் இல்லாததால் நேர்காட்சியாக ஒன்று தெளிந்தது. நான் அதன் பிரதி என்றும். அது என் மூலம் என்றும்.

என்னுள் உள்ள இருள் அதனுள் ஒளியாக. அதனுள் உள்ள முடிவிலி என்னுள் முடிவாக. என்னுள் இருப்பாக அதனுள் இல்லாமையாக. அது திரும்பி காடு நோக்கி நடந்தது. சொல்லின்றி நான் பின்தொடர்ந்தேன். இருமை களைந்து ஒருமையாக. ஒரு சேர்ந்து கானகம் ஏகினோம். ககனம் ஏகினோம்.

8 - அப்பாலிருப்பவர் உரைத்தது

ககனமார்க்கி சொன்னதாகக் காகம் சொல்லி முடித்தது. குருவி காகத்திடம் கேட்டது, "அது எங்கே போனது?"

காகம் சொன்னது, "அதன் மூலத்திடம்."

"நடந்ததின் தர்மம் என்ன?"

"போது அவிழ்வதற்கும் மலர் மலர்வதற்கும் இடையில் நிகழ்வது அதன் மஹா தர்மம்."

"அதன் நிலை என்ன?"

"கண், காட்சி, பொருள் ஒன்றாதல் அதன் நிலை."

"அதன் குணம் என்ன?"

"அதன் குணம் நிர்குணம்."

"அதன் கர்மம் என்ன?"

"அடி அதிரும் அகரமும் இடை அதிரும் உகரமும் மணிமுடி அதிரும் மகரமும் அதன் கர்மம்."

"அதன் நோக்கம்?"

"வீடு திரும்புதல்."

"அதன் கதி?"

"பரமபதம்."

"அது யார்?"

"அது நீயேதான்."

உள்ளாழ்ந்த குருவி திடுக்கிட்டு, "எஜமானரே..." என்றது.

சோறு

ராமு வீட்டிற்குள் வரும்போது தாமோதரன் எட்டாவது தோசையை முடித்துக் கொண்டிருந்தார். அவரை ஓரப் பார்வையில் முறைத்துக் கொண்டே சமயலறைக்குச் சென்று "எத்தனை ?" என்று கமலாம்மாவைக் கேட்டான்.

"எண்ணுலயே கண்ணு".

"சுகரு இவ்வளவு வெச்சுக்கிட்டு.." என்று ராமு சொல்லிக் கொண்டிருக்கும் போதே ஹாலில் இருந்து ஒரு ஒழுக்க பவ்யத்தோடு எல்லோருக்கும் கேட்கும்படியாக, "கமலா அந்த மாத்திரை டப்பாவை எடுத்துவா" என்று தாமோதரன் கத்தினார்.

கமலாம்மா 'களுக்' என்று சிரிக்க ராமு கோபத்தை உதட்டில் அடக்கிக்கொண்டு, "என்ன பாத்தாதான் இவருக்கு மாத்திரை நினைப்பு வரும்... சோறு மட்டும்..." என்று ஏதோ சொல்லவர கமலாம்மா "டேய்..." என்று ராமுவை அதட்டி அடக்கினாள்.

ஃபிரிட்ஜ் மேலுள்ள டப்பாவை எடுத்து வந்து இரவுக்கான மாத்திரைகளை மட்டும் தனியாகப் பிரித்து டீப்பாயில் வைத்தான். சாப்பிட்ட தட்டிலேயே கைகழுவிவிட்டு மாத்திரைகள் சரியாக இருக்கிறதா என்றுகூடப் பார்க்காமல்

அதை லாவகமாக விழுங்கிவிட்டு டப்பாவையும் தட்டையும் அப்படியே விட்டுவிட்டுத் தன் படுக்கை அறைக்குச் செல்ல எழுந்தார். அவரது அலட்சியம் ராமுவுக்கு மேலும் எரிச்சலூட்டியது.

டப்பாவில் உள்ள தீர்ந்துபோன அட்டைகளைப் பார்த்துவிட்டு, "மாத்திரை தீர்ந்தால் யாரும் சொல்ல மாட்டீங்களா?" என்று கத்தினான். "வாங்கிக்கலாம் வாங்கிக்கலாம்.." என்று தாமோதரனின் குரல் படுக்கை அறை இருளில் தேய்ந்து மறைந்தது.

ஓரிரு வினாடிகள் அவர் சென்ற திசையையே பார்த்துவிட்டு ராமு பல்லைக் கடித்துக்கொண்டு தன் அம்மாவிடம் சென்றான். இவன் வரும் வேகத்திலேயே கமலாம்மா, "உங்க ரெண்டு பேரு பிரச்சினையில் என்னை இழுக்காதீங்க.. அவர்தான் இன்னைக்கு மாத்திரை ஒழுங்கா சாப்பிட்டுட்டாரே. அவரைத்தான் கொஞ்சம் சும்மா விடேண்டா.."

"உங்க ரெண்டு பேருக்கும் நான் சொன்னா ஏறவேயேறாதா? மாத்திர மருந்துகூட ஒழுங்கா எடுக்கத் தெரியாதா? உங்களுக்காகத்தான நான் வெளியூர் போய் வேலை தேடாம இங்கயே கெடச்ச வேலைய பாத்துகிட்டு இருக்கேன்."

கமலாம்மா எதுவும் பேசமுடியாமல் நின்றாள்.

"சுகரு இவ்வளவு வெச்சுகிட்டு... டாக்டர் அளவா சாப்பிடச் சொல்லுறாரு. ஆனா நாம ஃபுல் கட்டுக்கட்டிக்கிட்டு இருக்கோம்."

"காலையில இருந்து பில்டிங்குல கெடையா நிக்குற மனுசண்டா. கொஞ்சமா சோறு போட்டா வகுத்துக்குப் பத்துலங்கிறாரு. மனசு கேக்கமாட்டீங்குது"

ராமு ஆத்திரமும் கோபமுமாகத் தலையில் கை வைத்துக்கொண்டு அருகிலுள்ள நாற்காலியில் அமர்ந்தவாறே, "முருகா... எப்பப்பாரு சோறு சோறு... சுகரப்பத்திக் கவலையே இல்ல. இந்தச் சோறே அவர சாகடிக்கப்போகுது பாருங்க.."

கமலாம்மா கண்ணைக் கசக்க அதைப் பார்த்த ராமுவும் உதடுகளைப் பிதுக்கியவாறே தன் அறைக்கு விரைந்தான்.

2

அடுத்து வந்த சில நாட்களுக்கு ஒப்பீட்டளவில் குக்கர் வாசம் கம்மியாகவே அடித்தது. ராமுவும் அவன் பங்கிற்குப் பச்சைக் காய்கறிகளை வாங்கி ஃபிரிட்ஜில் அடுக்கி இருந்தான். அம்மாவும்

சப்பாத்தியாக உருட்டித் தள்ளிக் கொண்டிருந்தாள். வீட்டில் சாப்பாட்டு ஒழுங்கு பீடித்து நிகழ்ந்து கொண்டிருந்தாலும் ராமுவுக்கு அப்பாவின் மேல் சந்தேகம். அப்பாவின் பைக் அந்த முக்கு மெஸ்ஸில் அடிக்கடி நின்று வந்தது. பொதுவாகச் சப்பாத்தியைப் பார்த்தால் முகம் சுளிக்கும் தாமோதரன் எந்தக் குற்றச்சாட்டும் இல்லாமல் அதை விழுங்கும் போதே தெரிந்தது, அவர் கும்பிக்கான சோற்றுப்பதம் வேறு எங்கோ பூர்த்தி செய்து கொண்டிருக்கிறார் என்று.

பொங்கல் பிரியரான சுப்பிரமணி மாமாவுடன் அப்பாவைச் சேர்த்துவைத்து முக்கு மெஸ் பக்கமாகப் பார்க்கும்போதே ராமுக்குத் தெரிந்தது அவன் சந்தேகப்படுவது உண்மைதான் என்று. ஒளிந்து சாப்பிடும் பழக்கம் இந்தக் குடியானவனுக்கு எங்கிருந்துதான் வந்ததோ. இது ஒன்றும் வேலைக்காகாது என்று ராமு கோபமாக வீட்டுக்கு வந்து சேர்ந்தான். அவரை அங்கேயே கையும் களவுமாகப் பிடித்திருக்க வேண்டும். என்ன செய்வது; அப்பவாயிற்றே.

தன் ஆத்திர அலைகளை உருவேற்றி அப்பாவிற்காகக் காத்துக் கொண்டிருந்தான். சர்க்கரை அளவைக் காண்பிக்கும் கருவியைப் பக்கத்தில் வைத்துக் கொண்டான்.

"அவர் வந்ததும் நடுவீட்டிலேயே வைத்து சர்க்கரை அளவைச் சோதிக்க வேண்டும். எப்படியும் 350 தாண்டி இருக்கும். அங்கிருந்து பிரச்சனையும் சண்டையையும் மேல் எடுத்துச் செல்ல வேண்டும். இரண்டில் ஒன்று பார்த்துவிட வேண்டும். வாயைக் கட்டுப்படுத்தி மருந்து மாத்திரைகளை உட்கொண்டு உயிர் வாழ விரும்புகிறாரா அல்லது எக்கேடும் கெட்டுப்போகட்டும் என்றுதான் வீட்டை விட்டு வெளியேறுவதா? இப்படித்தான் இந்தச் சண்டையைக் கொண்டு போகவேண்டும். இது என்ன விளையாட்டா? சும்மா விடக்கூடாது.. ஆரோக்கிய விரயமும் ஊதாரித்தனம்தான்."

தாமோதரன் வீடுவர நேரம் ஆகிக்கொண்டே போனது. ராமுதான் நடத்தவிருக்கும் குடும்ப அதகளத்தைத் தன் மனதில் நிகழ்த்திப் பார்த்துக் கொண்டிருந்தான். அது தன் எண்ணத் திரையில் சினங்கொண்டு எழுவதாகவும்; முஷ்டியோங்கி அடிப்பதாகவும்; கண்ணீர்விட்டுக் கெஞ்சுவதாகவும்; உதாசீனஞ் செய்து வெளியேறுவதாகவும் ஓடிக்கொண்டிருந்தது. அப்பா என்று பாராமலும் சில கெட்டவார்த்தைகள் வந்து விழுந்தது. "சோற்றுப் பண்டாரம்; எப்போதுமே சோத்துலதான் கண்ணு. கைய காலை முறிச்சு வீட்டுல போட்டாத்தான் கம்முனு கிடக்கும். என் வயசு பசங்க எல்லாம் அவனவன் வாழ்க்கையைப் பாத்துட்டு போறான்,

நான் இதுங்களுக்குப் பின்னாடி திரிய வேண்டியதா இருக்கு. முருகா... விட்டுட்டுப் போகவும் முடியல, சொன்னா கேட்கவும் மாட்டேங்குதுங்க." ராமு தன் அகச் சண்டையில் களைத்துப் போயிருந்த சமயம் தாமோதரன் தன் முன்தள்ளிய வயிற்றின் மேல் வேட்டியை இறுக்கிக் கட்டியவாறு உள்ளே வந்தார். ராமுவைப் போலவே முக ஜாடை கைகால் வாகு. ஆனால் அவனைவிடக் குள்ளம், ஐந்து அடிக்கும் குறைவாகவே இருப்பார். சிறுங்கூட்டு உடம்பு. ராமுவோ கிட்டத்தட்ட ஆறு அடி உயரம். "எப்பப்பா வந்த?" என்று கேட்டவாறே தன் தோளில் சுமந்து வந்த பையைச் சுவரோரமாக வைத்துவிட்டு ஃபேன் ஸ்விட்சை போட்டுவிட்டு ஒரு பிளாஸ்டிக் நாற்காலியை இழுத்து அதனடியில் அப்பாடா என்று அமர்ந்தார். ராமு அவரது வலது கைவிரல்களைப் பார்த்தான் அது எண்ணெய் பிசுக்காக இருந்தது. "எங்க வெளியில சாப்பிட்டு வாராரோ?" ஏனோ அந்தக் களைத்த முகத்துடன் சண்டையிடும் திராணி சட்டென்று இவனுக்கு இல்லாமல் போனது. அம்மா உள்ளே இருந்து "சாப்பிடுறியாடா? எடுத்து வைக்கவா?" என்று கேட்டாள்.

"சாயந்திரம்தான் அந்த முக்கு மெஸ்ஸில சாப்பிட்டேன் மா" என்று சொல்லிவிட்டு எழுந்தான். தாமோதரன் திடுக்கிட்டு விழித்து அவனைப் பார்த்தார். ராமு அவரைப் பார்த்துக்கொண்டே தன் அறைக்குச் சென்றான்.

3

"பயப்பட ஒன்னும் இல்ல, மைல்டு அட்டாக்தான். அப்ஸர்வேஷன்ல இருக்காரு. சுகர் லெவல் வேற 400 இருக்கு. அத ஒரு ரெண்டு நாள்ல கண்ட்ரோலுக்கு கொண்டுவந்திட்டு அப்பறம் முடிவு எடுப்போம்" என்று டாக்டர் சொன்னபோது அம்மா ராமுவைப் பார்த்தாள். அவன் கண்கள் ஈரப்பதம் ஏறியிருந்தது. அவன் உதடுகள் அழுகையால் பிதுங்கியுள்ளதா அல்லது கோபத்தால் விரவியுள்ளதா என்பதை உறுதியாகச் சொல்ல முடியவில்லை. டாக்டரின் தைரிய வார்த்தைகள் கமலாம்மாவிற்கு நம்பிக்கை தந்த போதிலும் ராமுவின் இறுகிய அமைதி அவளைக் கலங்கடித்தது. இருவரும் ஐ சி யூ வார்டின் ஓரத்தில் வந்து அமர்ந்த போது ராமு களைத்திருந்தான். கமலாம்மா அழுது முடித்த ஆசுவாச உணர்வி—லிருந்தாலும் ராமு ஏதாவது சொல்வானா, அதற்கு நம் பதில் என்ன? என்ற யோசனை அவளைப் பீடித்திருந்தது. சிறிது நேரம் மௌனமாக நகர, ராமு ஒரு பெருமூச்சுடன் தலையில் கை வைத்தான். அவனது அங்க நகர்வுகளைக் கவனித்துக் கொண்டிருந்த கமலாம்மா அதையே

அவனது சொற்களாகப் பாவித்து "அப்பாவுக்கு ஒன்னும் ஆகாது கண்ணு. அதான் சரியான நேரத்துக்கு ஹாஸ்பிடல் வந்திட்டமுல்ல. டாக்டர்தான் பயப்பட ஒன்னும் இல்லனு சொல்றாருல்ல." என்று மறுமொழி உரைத்தாள்.

ராமு நிமிர்ந்து பார்த்தான். அவன் முகம் வீங்கியிருந்தது. பதிலேதும் கூற விரும்பாமல், "நான் கொடுத்த பேக் எங்க? அதுக்குள்ளதான் இன்சூரன்ஸ் கார்டு, பணம் எல்லாம் இருக்கு".

"இதோ இந்த கட்ட பைக்குள்ளதான் பத்திரமா வச்சிருக்கேன்"

ராமு அதை வாங்கி மடியில் வைத்துக்கொண்டு மறுதிசை நோக்கி முகம் திருப்பிக்கொண்டான்.

"ஏன்டா கண்ணு"

"ஏன்னா! என்னன்னு சொல்றது? நான் சொன்னா ரெண்டு பேர்ல யாரு கேக்குறீங்க?"

ராமு வெறுப்பாய்ப் பேசியதே அவளுக்கு ஒரு திருப்தி தந்தது "நான் என்னடா பண்றது? உங்க ரெண்டு பேருக்கும் நடுவுல".

"நான் சொன்ன மாதிரிதானே இப்போ நடந்தது. சோறு கம்மியா சாப்பிடுங்க, சீனி கம்மியா போட்டுக்கோங்க, வாக்கிங் போங்க. மாத்திரை மருந்து மறக்காதீங்கன்னு படிச்சுப் படிச்சு சொன்னேன். யாருக்கும் அக்கறை இல்லை. சின்ன வயசுல கஷ்டப்பட்டீங்க ரைட்டு, இன்னுமா படனும்? ஒடம்பைக்கூடக் கவனிக்காம? என் வயசுல நம்ம சொந்த பந்தத்தில இப்படி யாராச்சும் சீரழியிறாங்களா சொல்லுங்க?"என்று ராமு குரல் தாழ்த்தி தொண்டை நரம்புகள் புடைக்க கத்திக் கொண்டிருக்கும் போதே கமலாம்மா கண்ணீருடன் குறுக்கிட்டாள். "வேண்டாம்டா".

"இப்படிக் கொஞ்சம் கொஞ்சமா போகுறதுக்கு, ஒரேயடியா போய்ட்டா இழுத்து எறிஞ்சுட்டு கம்முன்னு இருந்துக்கலாம்"

"டேய்..." என்று குரலை உயர்த்திய வேகத்திலேயே கண்ணீர் கசிந்தாள். "தப்பு தப்புன்னு சொல்லுடா"

அம்மாவின் அதிர்ந்த தெறிப்பு தம் முகத்தில் அறைய, ராமுவும் உடைந்து தேம்பினான். மனதிற்குள் "தப்பு தப்பு" என்று சொல்லிக் கொண்டான்.

4

பணம் கட்டிவிட்டு அம்மாவின் அருகில் வந்து அமர்ந்தபோது பசி வயிறு கிள்ளியது. அம்மாவின் வெறும் வயிற்று ஜீரணம் உறக்கவே பறையடித்தது. மீண்டும் எழுந்து சென்று காபி வாங்கி வந்து கொடுத்தான். அதை அம்மா 'மடக்... மடக்...' என்று அருந்துவதைப் பார்த்து வயிற்றுக்காகவே வாழும் ஜீவன்கள் என்று மனதிற்குள் ஒரு ஒற்றைச் சிரிப்புச் சிரித்துக் கொண்டான். அம்மா ஆசுவாசம் அடைந்தாள். சிறிது நேரம் சும்மா இருந்தனர்.

கமலாம்மா, "அந்த நர்ஸுகிட்ட உள்ள எப்போ போய் பாக்கலாம்னு கேட்டேன். கொஞ்ச நேரத்துல சொல்றேன்னு சொல்லிச்சு."

"ஹ்ம்ம்"

"டெஸ்டு எல்லாம் எடுத்து எவ்ளோ நேரம் ஆகுது. வெறும் வயிறா இருப்பார். ஏதாச்சும் கொடுத்தாங்களோ இல்லையோ" என்றாள்.

"ஐ சி யூல இருந்தாலும் சோறு மறக்காது" முகச் சலனமில்லாமல் ராமு சொன்னான்.

இம்முறை கமலாம்மாவிற்கு எரிச்சல் வந்தது. "இவன் ஒருத்தன்.. உனக்கு வேணுன்னா அது சாப்பாடா இருக்கலாம். எங்களுக்கெல்லாம் அதுதாண்ட உசுரு. உனக்கெல்லாம் என்ன தெரியும். எதத் தொட்டாலும் சாப்பாட்ட வெச்சே திட்டுனா?" விழுந்தாள்.

ராமுவை மறுமொழியில்லாமல் ஆக்கியது. அதை உணர்ந்த அம்மா, தணிந்த குரலில் மீண்டும் ஆரம்பித்தாள். "முன்னமெல்லாம் இப்படி இல்லடா கண்ணு. அப்பெல்லாம் பஞ்சம். மூணு நாலு வருஷம் மழையில்லாம போய்டும். கெடச்சத சாப்பிட்டுக்கணும். எனக்கே நல்ல நியாபகம் இருக்கு. நான் சின்ன புள்ள. உங்க அப்பச்சி வெள்ளி காசையெல்லாம் வித்து இருக்காரு. விவசாயம் இல்லாதப்ப நானெல்லாம் நூல் கோக்க போயிருக்கேன். நாலு அணா தருவாங்க. உங்க அப்பா சின்ன வயசா இருக்கும்போது இன்னும் அதிக பஞ் சமாம். நானெல்லாம் அப்போ பொறக்கவே இல்ல. சொல்லுவாங்க. நானே கஷ்டப்பட்டிருக்கேன். உங்க அப்பவெல்லாம் இன்னும் எவ்ளோ கஷ்டப்பட்டாரோ? உங்க அப்பாரு சின்ன வயசிலேயே செத்துப் போய்ட்டாரு. உங்க ஆத்தாவும் அப்பாவும்தான் அப்போ. பாவம்டா!"

ராமு உம் கொட்டிக்கொண்டு நிமிர்ந்து அமர்ந்தான்.

அவனது உடற் திசை தன்னை நோக்கித் திரும்பி அமர்ந்ததையும் அவனது ஆர்வம் காட்டும் உடல்மொழியைச் சந்தேகமாக பார்த்துவிட்டு என்ன என்பதுபோல் தலையசைத்துக் கேட்டாள்.

"அப்புறம் என்ன ஆச்சு"

ராமுவின் புதிய ஆர்வம் கமலாம்மாவின் ஞாபகங்களை நெருட அவன் எதைக் கேட்கிறான் என்பதையே யோசிக்காமல் அவள் தனக்குத்தானே சொல்லிக்கொள்வது போல் ஆரம்பித்தாள். "அப்பாவுக்கு உன்னோட அப்பத்தாதான் சாமி. அவ உடம்ப உறிஞ்சிதான் அப்பா உயிர் வளர்த்ததா சொல்லுவாரு. நீ என்னமோ அரி—சிச்சோறு இருக்க இப்படிச் சொல்ற. அப்பாவுக்கு அந்தக் காலத்துல சோளச்சோறோ கம்மஞ்சோறோ கூட கிடையாது. காக்கஞ்சி அரைக்கஞ்சிதான். அப்பத்தா காக்கஞ்சி சாப்பிட்டதான் அப்பாவுக்கு அரைக்கஞ்சி கிடைக்கும். அப்பெல்லாம் கிணறு வெட்ட குளம் வெட்ட வாய்க்கால் வெட்ட சனங்களைக் கூட்டம் கூட்டமாகக் கூட்டிகிட்டுப் போவாங்களாம். அப்போ அப்பா குழந்தை பையன். அப்பத்தா அப்பாவைத் தூக்கிகிட்டு கிணறு வெட்ட போய்விடுமாம். எந்தக் கோயிலிலும் பூசை இருக்காது. வயிறு காஞ்சா சாமி ஏது. யாரும் மாடு கன்னு கூட வச்சுக்கல. பாதி சனம் பஞ்சம் பிழைக்க வெளியூர் போயிட்டாங்க. மீதி சனம் அப்படியே..." சட்டென்று கமலாம்மா நிறுத்திக்கொண்டாள். முந்தானையால் மூக்கைச் சிந்திக்கொண்டு உள்ளங்கைகளால் தன் ஈரப்பதமான கண்களை நீவிக் கொடுத்தாள். மூக்கை உறிஞ்சிக்கொண்டு கொஞ்சம் அசமந்த சிரிப்புடன், "நம்ம ஊருக்கு உடும்பூர்ன்னு ஏன் பேரு வந்ததுன்னு தெரியுமா? அந்தக் காலத்துல நிறைய உடும்பு இருந்துதாம். பஞ்சத்தில எல்லா உடும்பையும் அடிச்சு சாப்பிட்டுட்டாங்களாம். இப்ப ஏதோ கோயமுத்தூர்ல பில்டிங்கு கான்ட்ராக்ட்டு அது இதுன்னு வசதி வாய்ப்பா இருக்கோம், ஆனாலும் இன்னும் நாங்க அந்தப் பழைய உடும்பூர்க்காரங்க தான்டா."என்று சொல்லிச் சிரித்தாள். "எல்லாம் பழைய கதை" என்று நிறுத்திக் கொண்டாள். ராமு மனசு அடைத்துப் போனான். சொல்லா சொற்கள் அவனைச் சுற்றி வட்டம் அடித்தது.

5

ஒரு சுபதினத்தில் அறுவை சிகிச்சை எனும் அபய நிகழ்வு ஏகபோகமாக நடந்து முடிந்தது. தாமோதரனும் கமலாம்மாவும் புதுப்பொலிவுடனும் தைரியத்துடனும் இருப்பதைப் பார்ப்பதற்கு ராமுவுக்கு ஒரு ஓரத்தில் நிம்மதியைத் தந்தது. எனினும் விசாரிக்க

வந்தவர்களிடம் இவர்கள் இருவரும் ஏதோ குடும்ப நிகழ்வின் களிப்புடன் நடந்துகொள்வது ராமுவுக்கு எரிச்சலாகவும் இருந்தது. அனேகமாகத் தாமோதரனைப் பார்க்க வந்த அனைத்து ஆண்களும் நெஞ்சு பிளக்கப்பட்டவர்கள்தான். அவர்கள் தம் சட்டைப் பொத்தானைக் கழட்டி மார்புத் தழும்புகளைக் காட்டும்போது நெஞ்சுரம் மிக்க முழு வீரர்களாகவும், பத்தியச் சாப்பாடு மற்றும் மருந்து உட்கொள்ளும் சூத்திரத்தைச் சொல்லும்போது அரை வைத்தியர்களாகவும் காட்சி அளித்தார்கள். அதுவும் பொங்கல் பிரியரான சுப்பிரமணி மாமா பார்க்க வந்தபோது தாமோதரனுக்குக் குஷி தாங்கவில்லை.

“என்னடா தாமோதரா! கடைசியில் நீயும் எங்க கிளப்பில் சேர்ந்துட்டியா?” என்ற சுப்பிரமணியிடம், “நெஞ்சு அடைப்பு எடுத்தாச்சுல, இனி ஒரு ஏழு எட்டு வருஷத்துக்குக் கவலை இல்லை. என்ன! ஒரு கடப்பாறையை தூக்கி நெஞ்சில் வைத்தமாதிரி ஒரு வலி, அவ்வளவுதான்.” என்று தாமோதரன் சொல்லி மெல்லச் சிரித்தார். தலையிலடித்துக் கொண்டு வெளியேறிய ராமுவை யாரும் கவனித்ததாகத் தெரியவில்லை.

டிஸ்சார்ஜ் ஆகும் முன்னே உணவு நிபுணரைச் சந்திக்க வேண்டி—யிருந்தது. இப்படி மருத்துவரைச் சந்திக்கப் போகும்போது தாமோதரன் ஒரு பள்ளி மாணவனுக்கு உண்டான பாவனையை முகத்தில் ஏந்துவார். எல்லை மீறிய ஆனால் ஒழுக்க வளையத்துக்குள் வர விரும்புகிற ஒரு அப்பாவி மாணவனை அவரிடம் தரிசித்துவிடலாம்.

அவர்கள் முறை வந்ததும் ராமுவை முன்விட்டுப் பின்தொடர்ந்தார் தாமோதரன். உள்ளே உணவு நிபுணராக ஒரு இளம் வயது பெண் அமர்ந்திருப்பதைப் பார்த்த உடன் மாணவன் மறைந்து ஒரு கௌரவமான தகப்பன் தோன்றினார். இப்படியான ரூப மாற்ற பாவனை ராமுவுக்குத் தெரிந்ததே என்பதால் அவன் பெரிதாக ஒன்றும் கண்டுகொள்ளவில்லை. அவர்கள் உள்ளே சென்றதிலிருந்து பொத்தானை அமுத்திய தானியங்கி போல் பலநாட்கள் சொல்லித் தேய்த்த பிரசங்கத்தை நடத்தத் தொடங்கினார் அந்த இளம் வயது உணவு நிபுணர்.

தாமோதரன் ஆமோதித்தும் மறுத்தும் பிரசங்கத்தை உள்வாங்கி கொண்டிருந்தார். எப்படியோ நல்லது நடந்தால் சரியென்று அந்த நிகழ்வின் போக்கை கவனித்துக் கொண்டிருந்தான்.

“புருஞ்சுதுங்களா சார். அதாவது மாவு சத்து கமிய எடுத்துக்கணும்.

அதுதான் க்ளூகோஸ் லெவல் கம்மியா வெச்சுருக்கும். எண்ணெய் பலகாரம் கூடவே கூடாது. காய்கறி எவ்வளவு வேணும்னாலும் சாப்பிடலாம். சக்கரை மறந்தும் சாப்பிடக் கூடாது. அப்புறம் முக்கியமான விஷயம், மூனு வேளையும் ஃபுல்லா சாப்பிடாம பிரிச்சுப் பிரிச்சுச் சாப்பிடணும்."

தாமோதரன், "சரியா போச்சு போங்க. நான் சாப்பிடறதே சோறு மட்டும்தான். அதையே வேண்டான்னா எப்படீங்க மேடம். பிரிச்சுப் பிரிச்சுன்னா எப்படீங்க?"

"கோட்டா வெச்சு சாப்பிடுங்க. மூணு வேளைக்குப் பதிலா அஞ்சு வேளை ஆறு வேளைன்னு பிரிச்சுக்கணும். அதுக்குன்னு எல்லா வேளையும் ஃபுல் கட்டுக் கட்டக்கூடாது. எப்பயும் பாதி வயிறுதான். அப்போதான் க்ளூகோஸ் லெவல் கண்ட்ரோல்ல இருக்கும்."

"அது சரி... கோட்டா வெச்சு...." என்று உடலை அசௌகரியமாக நெளித்து ஏமாற்றத்துடன் இழுத்து சொல்லும்போதே தெரிந்தது, ஏதோ சொல்லக்கூடாத விஷயத்தை சொல்லிவிட்டார்கள் என்று.

"உங்க நல்லதுக்குதான் சார்."

"ஆமா... என் நல்லதுக்குத்தான்"

ராமு, "அப்பா, உங்களை என்ன இப்போ சாப்பிடவே கூடாதுன்னா சொன்னாங்க."

தாமோதரன் அமைதியானார்.

ராமு அந்த உணவு நிபுணரைப் பார்த்துத் தொடர்ந்தான். "இப்படித்தாங்க மேடம். எதுக்குமே சரிபட்டு வரமாட்டார். நாங்கெல்லாம் இவருக்குப் பின்னாலயே சுத்தணும். கொஞ்சம் அசால்ட்டா விட்டாக்கூட ஏமாத்திருவாரு. சோறுன்னா அவ்ளோதான்."

இவர்கள் பஞ்சாயத்திற்குள் வர பிரியமில்லாமல் அசௌகரியமாகத் தலையசைத்தது மேடம்.

தாமோதரனின் அமைதி பொறுக்காமல் ராமு மீண்டும். "அடுத்த மாசம் ஒரு ப்ராஜெக்ட் விஷயமா மூணு மாசம் நான் அமெரிக்கா போகணும். ஆனா இவரை நம்பி நான் எங்கயும் போக முடியல. நாங்க சொன்ன கேக்க மாட்டாரு மேடம். நீங்களே ஸ்ட்ரிட்டா சொல்லீருங்க."

தாமோதரன் சரி என்பதுபோல் தலையசைத்தார். மேடம் மேலும் உணவுமுறை சூதானத்தைத் தொடர்ந்தார். தாமோதரனுக்கு எல்லாம் கோட்டா, கோட்டா என்றே காதில் விழுந்தது.

"அரை வயிறு கால் வயிறு காலமெல்லாம் முடிஞ்சுதுன்னு நெனெச்சேன். கோட்டா வெச்சுதான் மேடம் தூங்குனேன். கோட்டா வெச்சுதான் மேடம் வேலைக்குப் போனேன். கோட்டா வெச்சுதான் மேடம் கடன் அடைச்சது வீடு கட்டினது எல்லாம். கோட்டா வெச்சே சாப்பிட்டுக்கிறேன் இனிமேல்." சிறிது இடைவேளைவிட்டு மீண்டும் ஆரம்பித்தார். "ஆனா இவனுக்கு நான் எதையும் கோட்டா வெச்சு செஞ்சதில்ல, வேணுங்கிறத வாங்கிக் கொடுத்துடுவேன். சரி இந்தக் கோட்டவெல்லாம் என்னோட போகட்டும். என்னபத்தி இனி கவலைப்படாம அமெரிக்கா போகச்சொல்லுங்க மேடம்."

வீடு வரும்வரை கோட்டா கோட்டா என்றே முனகிக்கொண்டு வந்தார். தன்னை விசாரிக்க வருபர்களிடமும் கோட்டாவைப் பற்றியே பேசினார். சொன்னதையே திரும்பத் திரும்பச் சொல்வதால் எப்படியோ கோட்டாவுடன் சமரசம் செய்துகொண்டார் என்றே ராமுவிற்குத் தோன்றியது. தவிர்த்தலைந்தது நிகழ்வேறி கடந்து சென்றதில் ஒருவித விடுதலையுணர்வை அடைந்தான். இதுநாள்வரை தன் முன் பாக்கெட்டில் ஒரு அரை செங்கல்லைச் சுமந்தலைந்தது போலிருந்தது. அது சட்டென்று இல்லாமலானதில் ஒரு உற்சாகம். அதே உற்சாகத்தில் அமெரிக்கா செல்ல ஆயத்தமானான்.

6

"ஒழுங்கா மாத்திரை மருந்து சாப்பிடுங்க, டாக்டர்கிட்ட போங்க, கோட்டா வச்சு சாப்பிடுங்க" என்ற ராமுவின் வேண்டுதலுக்கு மறுமொழியாக "அப்பத்தா திதிக்கு ஊருக்குத் திரும்பி வந்திடணும்" என்று கட்டளையிட்டு வழி அனுப்பி வைத்தனர்.

புதுப்பயணத்தின் பதட்டமோ குதூகலமோ இல்லாமலிருந்தது. விமானத்திற்குள்ளும் ஒரு பிடிபடாத சோகமே தேங்கியிருந்தது. பயண நெடுகிலும் அப்பாவின் நினைவே. சிந்தனை முழுவதும் அவரது கோட்டா வைத்த வாழ்கையே ஆக்கிரமித்திருந்தது. தான் அவரை வைத சொற்கள் தனிச்சையாக ஒவ்வொன்றாகத் தன் எண்ணத்திரையில் நடந்தேறிக் கொண்டிருந்தது.

"சோற்றுப்பண்டாரம், பஞ்சப்பராரி, காணாததைக் கண்ட நாய், காட்டு மனுசன்." இதுவெல்லாம் தகப்பனை நோக்கிச் சொன்ன சொற்கள்தானா? ஆம், எல்லா வசை சொல்லிற்கும் அடியில் ஒரு

மகனின் ஆன்மா. நீத்தார் சுமையைத் தந்தை சுமக்கிறார். தந்தையை மகன் சுமக்கிறான். கொஞ்சம் கனமாகத்தான் உள்ளது.

"கோட்டா... கோட்டா... கோட்டா... கோட்டா....." அப்பாவின் சமீபத்திய உச்சாடனம் ராகமுவிற்கு கர்ம பலன் போல கடந்து வந்திருந்தது. ராமுவின் மனமும் அதன் போக்கில் உச்சாடனம் செய்து கொண்டிருந்தது. விமான பயணத்தின் இறுக்கமா அல்லது அலை அலையாய் அலைந்த மனம் சோர்ந்து தன்னையே நோக்கித் திரும்பிக்கொண்ட காரணமா அல்லது நீத்தார் விட்டுச்சென்ற வித்தா என்று தெரியவில்லை. ராமு "கோட்டா... கோட்டா... கோட்டா..." என்றே உச்சரித்துக் கொண்டிருந்தான்.

"கோட்டா... கோட்டா... கோட்டா... கோட்டா..."

இந்த உச்சாடனம் அந்தரவெளியில் அர்த்தம் பொதிந்ததாகவும் வாழ்வில் பொருத்திப் பார்க்கும்போது பிடிபடாததாகவும் இருந்து ராமுவை ஆட்டுவித்துக் கொண்டிருந்தது. விமானம் தரை தொட்டதும் ஏன் என்று தெரியாமலேயே ராமு ஒரு சங்கற்பம் ஏற்றிருந்தான்.

வந்திறங்கி ஒரு வாரம் ஆகியிருந்தது. புதிய சங்கற்பத்திற்கு வலுசேர்த்தாற்போல் நாளொன்றுக்கு இருவேளை உணவுதான் அமைந்தது. புதிய நிலம் தந்த பரபரப்பும் அதன் அருகாமையற்ற சூழலும் அப்படி அமைத்து தந்தது.

தனக்கு முன் இருபெரும் பணிகள் இருப்பதை உணர்ந்தே இருந்தான். ஒன்று திரளான வெள்ளையர்களுக்கு நிரல் கட்டுமான பயிற்சி அளிப்பது, மற்றொன்று தன் துருத்திய வயிற்றுக்கு ஒரு முடிவு கட்டுவது.

வந்ததிலிருந்து தன் வயிறு நெகிழ்ந்து கொஞ்சம் கரைந்திருந்தது. உணவில் திளைப்பது ஏனோ அதுவாகவே மட்டுப்பட்டிருந்தது. உணவை மேலும் கட்டுப்படுத்தினான். அதுவும் கட்டுக்குள் வந்தது. கட்டுக்குள் வந்ததாலேயே மேலும் அதை அடக்கினான்; ஆண்டான்; வருத்தினான்; வருந்தினான். எண்பது என்பது எழுபது ஆனது. அதனால் அது அவனிடம் தோற்று வந்தது. உடலின் பிரதேசத்தை மேலும் கைப்பற்ற அவன் மனக்கிடங்கில் புதிய ஆயுதங்கள் வைத்திருந்தான்.

பேலியோ டயட்.

எழுபது ஆனதும் உடலின் மேல் தனக்கு உள்ள அதிகாரத்தை ராமு உணர ஆரம்பித்திருந்தான் அதிகாரம் யாருக்குத்தான் பிடிக்காது.

பேலியோ டயட், இன்டர்மிட்டெண்ட் டயட் ஆக மாறியது. உணவுக்காக உடலைத் தனக்குமுன் மண்டியிட வைத்தான். தன் எல்லைக் கோடுகளை உள்ளிழுத்துக்கொண்ட உடல் முற்றிலும் பணிந்தது. அதிகாரம் மேலும் ஆக்ரோஷமாகச் செயல்பட்டது. இன்டர்மிட்டெண்ட் டயட் வாரியர் டயட் ஆக மாறியது.

உடல் அறுபத்தி ஐந்தாகக் குறைந்திருந்தது. இப்போது அப்பனுக்குப் புத்தி சொல்லும் யோக்கியதையைப் பெற்றிருந்தான். ஒல்லியாக அழகாக இருந்தான்.

ஒரு மேடு ஒரு பள்ளத்தை உருவாக்குவதுபோல, ஏனோ தன் மற்றொரு பணி பெரும் போராட்டமாகவே இருந்தது. அன்று குளிரூட்டப்பட்ட ஒரு அரங்கின் மேடையில் நின்றுகொண்டு தன் முதுகுக்குப் பின்னால் உள்ள வெண்திரையில் படங்களையும் பாடங்களையும் காண்பித்து அந்த வெள்ளைத் திரளுக்குப் பயிற்சி கொடுத்துக் கொண்டிருந்தான். இல்லையில்லை தன்னை விற்றுக் கொண்டிருந்தான். இலகுவாக வரும் கலை ஏனோ திக்கித் திணறியது. தன்னைத்தானே நொந்து கொண்டான். நொந்துகொள்ளும் தோறும் தொடைகள் நடுங்கின. முகம் இறுகியது. காது வெப்பமானது.

அந்த நாளின் முதல் பாதி முடிந்திருந்தபோதே ஒன்றும் சரிப்பட்டு வரவில்லை என்று உணர்ந்திருந்தான். எத்தனை திக்கல்கள், தடுமாற்றங்கள். இப்போது உணவு இடைவேளைதான். மீண்டும் மதிய வேளையில் இருந்து இந்த வெள்ளையர்களிடம் தன்னை நிகழ்த்திக்காட்ட வேண்டும். காலை அமர்விலேயே பல பேர்கள் நீர்யானை போல் வாயைத் திறந்து திறந்து மூடினர். ஒவ்வொரு முறையும் அவனுக்கும் அது தொற்றிக் கொண்டிருந்தது. மதிய அமர்வில் இன்னும் பல நீர்யானைகள் தோன்றும்.

மதிய உணவிற்கு டோக்கன் வாங்கும் வரிசை மிக நீண்டதாக இருந்தது. வெறுப்பாய் வந்து வரிசையில் நின்றான். வெள்ளையர்கள், ஸ்பானியர்கள், ஆசியர்கள், ஆப்பிரிக்கர்கள் என்று உலகத்தோர் அனைவரையும் ஆங்காங்கே கிள்ளி எடுத்து வரிசையில் போட்டதுபோல் பலதரப்பட்டவர்கள் நின்றிருந்தனர். ராமுவிற்கு தனது தடுமாற்றமே மனம் முழுவதும் ஆக்கிரமித்திருந்தது. அன்று ஏதோ உணவுத் திருவிழா போலும். அனைவரும் ஒருவித குதுகலத்துடன் இருந்தனர். தனக்குள் மூழ்கியிருந்த ராமு ஏதோ வாசனை பட்டு வெளி பிரக்ஞைக்கு வந்தான். வரிசையில் நின்றிருந்த ராமுவிற்கு எங்கிருந்தோ ஒரு நீத்தார் குரல் கேட்டு அடங்கியது. திடுமென முழு பிரக்ஞைக்கு வந்த ராமு சுற்றும் முற்றும் பார்த்தான். உணவுத் திருவிழா மிகக் கோலாகலமாக நடந்து கொண்டிருந்தது.

நீத்தார் மூத்தார் நெட்டி முறித்து எழுந்தனர்.

தாய், மெக்சிகன், சைனீஸ், கான்டினெண்டல், மெடிட்டரேனியன், இண்டியன், இங்கிலீஷ் என்று இன்னும் என்னென்னவோ பதாகைகள் ஆங்காங்கே காணப்பட்டது. பதாகை கீழே புஃவே நடந்து கொண்டிருந்தது.

ராமுவின் மேல்மனம் அந்த வரிசையில் இருந்து விலக எத்தனித்தாலும் அவனை விலகவிடாமல் ஒரு நீத்தார் பிடித்து வைத்திருந்தார். ராமு, "என்ன உணவுத் திருவிழாவாக இருந்தால் என்ன ஒரு சூப் மட்டும் ஆர்டர் செய்ய வேண்டியதுதான். இப்போது இருக்கும் என் உடல் வடிவு எனக்குப் பிடித்துள்ளது. உடல் வெல்லக்கூடாது. போராடு, மேலும் போராடு, போரிடு" என்று மனதை உறுதிப்படுத்தினான்.

பாதி வரிசை முடிந்தவுடன் பல வாசனைகளுக்கு மத்தியில் அந்த ஒன்று மட்டும் வடிகட்டி அவனுக்கு வந்து சேர்ந்தது. முகர்ந்து நான்கு மாதமெனும் ஆகியிருக்கும்.

பிரியாணி வாசனை.

மூக்கில் நனைந்து, உள்ளிறங்கி, உடல் நிறைந்து, அடியிலிருந்த நீத்தார் அனைவரையும் முறுக்கேற்றி, அணுக்களின் அனைத்து காலி இடங்களையும் கூட்டி மெழுகி தயார் செய்தது.

வரிசை நகர்ந்து கொண்டே வந்தது. ராமு சூப் ஆர்டர் செய்ய வேண்டும் என்ற எண்ணம் அரை எண்ணமாக வெட்டுப்பட்டது. "சூப்.... சூப்.... சூப்...." என்று போராடி போரிட்டு மனதைக் கட்டாயப்படுத்தினான். "உடலை வெல்ல வேண்டும்."

"சூப்.... சூப்.... சூப்.... சூப்.... கோட்டா.. சூப்...." "யாரது நடுவில் கோட்டா என்றது."

அடியிலிருந்து, "கோட்டா வைத்து சாப்பிட்டால் என்ன?" என்ற ஒரு குரல் மேலெழுந்தது. ஒரு நீத்தார் கண்ணடித்து களவாணித்தனமாகக் கேட்டார். "இல்லையில்லை சூப்.... சூப்.... சூப்...." என்று ராமு ஒற்றை ஆளாக நெஞ்சிலிருந்து போர்தொடுத்து கீழே இறங்கினான். மூத்தார் நீத்தார் தெய்வங்கள் தங்கள் அனைத்து படையணிகளுடன் "சோறு.... சோறு.... சோறு..." என்று அடிவ—யிற்றிலிருந்து மேலெழுந்து வந்தனர்.

வரிசை நகர்ந்துகொண்டே வர அடியிலிருந்து தெய்வங்களும் நெஞ்சிலிருந்து ராமுவும் யாருக்கும் தெரியாமல் நடுவயிற்றில்

ஒரு போர் நடத்திக் கொண்டிருந்தனர். வெறும் வயிற்றுச் சத்தம் வெளியே கேட்டது. ராமு தன் எல்லைகளைக் குறுக்கிக்கொள்ள விரும்பவில்லை. தெய்வங்களும் விடுவதாயில்லை. வரிசை முடிந்துவிட்டது. கௌண்ட்டருக்கு முன்னால் இருந்தான். இப்போது போர் முடிந்தே தீரவேண்டும். முழு உடலும் தெய்வங்களின் பிடியில் சிக்கிக்கொண்டாலும் தலையும் வாயும் இன்னும் தம் கட்டுப்பாட்டில்தான் இருக்கிறது. கடைசி ஆயத்தம். இயந்திரத்தனமாகவாவது சூப் என்று சொல்லிவிடவேண்டும்.

காது அடைத்தது, தொண்டை கம்மியது, தலை வியர்த்தது, சூப் என்று சொல்லவந்த தொண்டையை பற்றி, மேலேறி, நாவை வளைத்து, துருத்தி, திருத்தி ஒட்டுமொத்த நீத்தார் மூத்தார் தெய்வங்களும் படையென மேலெழுந்து 'பிரியாணி' என்ற சொல்லாக வெளியே வந்து விழுந்தனர். பணமும் டோக்கனும் கைமாறியது. பரிவர்த்தனை முடிந்தது. பிரியாணி கைக்கு வந்தது.

"சரி, இந்தமுறை மட்டும் கோட்டா வைத்துக்கொள்ள வேண்டியதுதான்."

முதல் கவளம் வழுக்கிக்கொண்டு உள்ளே சென்று அடிவயிற்றில் தொப்பென்று விழுந்தது. அனைத்துச் செல்களிலும் ஒரு ஆனந்த அலை அடித்தது. உடலின் அனைத்து இடங்களும் இன்னுமின்னும் என்று வாரி விழுங்கியது. பண்படாத தூய ஜீவனென 'லபக்... லபக்...' என்று வாயில் போட்டுக் கொண்டிருந்தான். உடலின் அனைத்து அங்கமும் பூரணித்தது. அன்னமய கோசம் ஆனந்த நிலையை எய்தியது. ஒருவழியாகப் பிரியாணி அவனை தின்று தீர்த்தது. ஆழ் உடல் முன்னோர்கள் சமரசம் அடைந்து அடங்கினர்.

இனி போராட்டமோ போர்க்களமோ இல்லை. உலகம் தெளிவுற்று நிகழ்ந்தது.

பித்ரு தேவோ பவ.

அந்நாளில் முடிக்க வேண்டியது ஒன்றே ஒன்றுதான். மதிய அமர்வு அவன் கைவசம் வந்தது. அமர்வின் ஆரம்பம் நகைச்சுவையாகவும் நடுவில் உச்சம் தொட்டும் முடிவில் கச்சிதம் செய்தும் ஒரு சங்கீதமென ஒழுகிச்சென்று முடித்தான். தன்னைத் திறம்பட விற்றான். தடுமாற்றமும் போராட்டமும் இல்லை.

சாமிக்குப் படைத்தபின் சம்சாரிக்கு என்ன கவலை. அப்பாவையும் அப்பத்தாவையும் நினைத்துக் கொண்டான். அப்பத்தாவிற்கு அவள்

விஜயகுமார் சம்மங்கரை ● 73

நினைவு தினத்தன்று படையல் இடவேண்டும். அவள் திதியும் நெருங்கி வந்தது. ராமு ஊருக்குத் திரும்பும் நேரமும் நெருங்கி வந்தது.

அடுத்து வந்த நாட்களில் சங்கோஜமே இல்லாமல் சோற்றில் திளைத்தான். பின்பு தன்னை நெறிப்படுத்திக்கொண்டு மத்தியம பாதையை வகுத்துக் கொண்டான். கோட்டா வைத்து சோறு சாப்பிட்டான். விட்டுக்கொடுத்த எல்லைகளை உடல் சிரமம் ஏதும் இல்லாமல் மீண்டும் ஆக்கிரமித்துக் கொண்டிருந்தது. கோட்டா வைத்து உண்ணும் மத்தியம பாதையில் உள்ளதால் இன்னும் அப்பனுக்குப் புத்தி சொல்லும் அருகதை தன்னிடம் இருப்பதாக நினைத்துக்கொண்டு விமானம் ஏறினான்.

சந்தேகமே இல்லாமல் இப்பயணம் ஒரு யாத்திரைதான். ஆனால் நெஞ்சில் பலநூறு குழப்பங்கள் கேள்விகள். உடல் எப்படி வென்றது? உடலுக்கு என்று தனி மனம் உண்டா? அந்த மனம் என்பது நம் மூதாதையர் தானா? ஜெனிடிக்ஸ்தான் அவர்களா? அப்படி என்றால் உடல் என்பது என்னுடையதா அவர்களுடையதா? என்னுடையது என்றால் நான் ஏன் அதன் கட்டுப்பாட்டில்? பதில் அறியா கேள்விகளிடம் பணிவதைத் தவிர வேறு வழி என்ன?

முன்னோர்களிடமிருந்து ராமு திமிறி எழுந்தான், விடுவித்து ஓடினான், சண்டையிட்டுத் தோற்றான், பணிந்து சரண் புகுந்தான். தன் பட்டினிப் பரம்பரையின் கடைசி கண்ணியாக உருமாறினான். யாத்திரையின் முடிவில் தான் சிறுத்து சின்னவனாக உணர்ந்தான். இருப்பினும் அனைத்துக் கேள்விகளும் ஒற்றை கேள்வியாக உருண்டு நின்றது.

“புசித்த பின்னரும் பசி உயிர்ப்பதேன்”

மீண்டும் அந்தர வெளியில் அர்த்தம் பொதிந்ததாகவும் வாழ்வில் பொருத்திப் பார்க்கும்போது விளங்காததாகவும் இருந்தது. விமானம் தரை தொட்டது.

“எது எப்படியோ, அப்பாவிடம் பழைய கண்டிப்புடன் நடந்துகொள்ள வேண்டும். கருணை காட்டினால் கட்டவிழ்த்து ஓடுவார். இடம்கொடுத்தால் மடத்தைப் பிடிப்பார். முன்னோர்களுக்குப் பிரதிநிதியாக இருக்கும் முன்னவர். தந்தையர்களைத் தாங்கி நிற்கும் தந்தை தெய்வம்தான். இருந்தாலும்...”

“இன்று அப்பத்தாவிற்குப் படையல், ஆனால் விருந்து என்னவோ அவருக்குத்தான். பரவாயில்லை. கொஞ்சம் கண்டிப்பை நடித்துக்

காட்ட வேண்டியதுதான். நாளையே இரத்தப் பரிசோதனை முதற்கொண்டு அனைத்தும் எடுத்துப் பார்த்துவிட வேண்டும்." என்று பலவாறு நினைத்துக்கொண்டு வீட்டின் கேட்டைத் திறந்தான். அவனை வரவழைத்தது ஒரு வாசனை. ஆழ் உடல் முன்னோர்களை உலுக்கிய அதே வாசனை. சோற்று வாசனை. இப்போது மேல் நெஞ்சு ராமுவையும் உலுக்கியது. கோபம் வந்தது. மூச்சு சூடானது. சங்கிலித் தொடரின் கடைசி கண்ணி மீண்டும் திமிறி எழுந்தது. சுமந்து வந்த பையை வாசலிலேயே போட்டுவிட்டு 'விறுவிறு'வென்று சென்று வீட்டின் கதவைப் படீரென்று திறந்தான்.

தாமோதரன் நடு ஹாலில் பெரிய வட்டலில் சோற்றை மலையென குவித்து வைத்து அதன்முன் யாகம் வளர்ப்பவர் போல அமர்ந்திருந்தார். அருகில் பெரிய திறந்த குக்கரில் சோறு ஆவி விட்டுக்கொண்டிருந்தது. ஓரமாக வைத்திருந்த அப்பத்தாவின் படத்திற்குக் கீழ் வாழை இலையில் சோறு குவித்துப் படையல் வைத்திருந்தனர்.

தாமோதரன் சோறும் கையுமாக மாட்டிக்கொண்ட அதிர்ச்சியில் எழுந்து நின்றார்.

"எப்ப பாரு சோறு... சோறு... சோறு..." ராமு பல்லை வெருவி கத்தினான்.

ஏதோ சொல்ல வந்த தாமோதரன் வார்த்தை தடைபட்டு நின்றார்.

"பஞ்சத்துக்குப் பொறந்த பரதேசி, இப்ப சோறு இல்லைன்னா செத்தா போவ?"

தந்தை அதிர்ந்தார். ஒரு பெரிய ஒற்றை மூச்சு ஒன்றை வெளியே விட்டார். ஏந்தியிருந்த சோற்றுக் கையை கீழே போட்டார். சிறிதாகச் சிரித்து, "அந்தக் கோட்டா நம்ம குடும்பத்துக்கு ஏற்கனவே முடிஞ்சு போச்சு கண்ணு" என்று சொல்லிவிட்டு ராமுவைக் கடந்து வெளியே சென்றார்.

அப்பால் இருப்பவள்

தாய் தந்தையரே இப்படிச் செய்வார்களா? தேவியை இன்னும் எத்தனை நாட்கள்தான் இப்படி வீட்டிலேயே வைத்திருப்பதாக அவர்களுக்கு உத்தேசம். அவளுடைய சம்பளமே அவளுக்குத் தடையாக வரும் என்று யார் நினைத்தார்கள். இரண்டில் ஒன்று இன்று தெரிந்தாக வேண்டும். சாரதா வெதும்பிக்கொண்டே தன் சித்தி வீட்டுக் கதவைத் தட்டினாள்.

சாரதா அன்று அதீத சினம் ஏறியவளாகத்தான் இருந்தாள். மறுமுறை தட்டுவதற்குள் சித்தி கதவைத் திறந்தாள். "வா கண்ணு..." என்று மலர்ந்தாள் சித்தி. சண்டைக்காரி போல் வந்திருந்த சாரதாவைப் பேச்சில்லாமல் ஆக்கியது. அவளும் லேசாகச் சிரித்துக்கொண்டே உள்ளே சென்றாள். "நீ மட்டும் வந்திருக்க? பாப்பா, மாப்பிள்ளை யாரும் வரல?" என்ற விசாரிப்புக்கு "வரல" என்று மட்டும் சொல்லி நிறுத்திக் கொண்டாள்.

"தேவி உள்ளயா இருக்கா?"

"ஆமா, லேப்டாப்பில வேல செஞ்சுகிட்டு இருக்கா."

உள்ளே சென்றதும் அந்தச் சிறிய ஹாலையே நிரப்பிக் கிடப்பதுபோல சித்தப்பா டிவி

பார்த்துக்கொண்டு தரையில் படுத்திருந்தார். "வா சாரதா.." என்றார். மறுமொழி ஏதும் சொல்லாமல் அரைக்கணம் மட்டும் அவர் கண்களை வெறுமனே பார்த்துவிட்டுத் தேவி இருக்கும் உள் அறைக்குச் சென்றாள்.

"தேவி... அக்கா வந்துருக்கா பாரு...." என்று சித்தி குரல் பின்னால் கேட்டது.

நீண்ட நாட்கள் கழித்து சந்திக்கும்போது காட்டவேண்டிய முகபாவனையைத் தயார் செய்துகொண்டே சாரதா உள்ளே சென்றாள். சாரதாவின் வருகையைக் கேட்டு தன் மடிக்கணினியை விட்டு எழுந்து நின்றிருந்தாள் தேவி. பெருங்கூட்டு உடம்புக்காரி மெலிந்து நைந்துபோய் இருந்தாள். தேவியின் வற்றிய உடல் சில வருடங்களுக்கு முன் அவள் வனப்பாய் இருந்த இளமையைச் சாரதாவிற்கு ஞாபகப்படுத்தியது.

"இது தேவியே அல்ல. தேவியின் சாயலில் உள்ள வேறு யாரோ. வேறு எதுவோ" சாரதாவின் கண் சட்டென்று கலங்கியது. சுதாரித்துக் கொண்டு தயார் செய்து வைத்திருந்த பாவனைக்கு மீண்டாள்.

"எப்படிடீ இருக்க. எளச்சுட்ட.." என்று அவள் தோளைப் பிடித்தாள். அது சதைப்பிடிப்பு ஏதுமில்லாமல் பொசுக்கென்று இருந்தது.

"நல்லா இருக்கேன்க்கா.. பாப்பா மாமாவெல்லாம் வரலையா? கூட்டி வந்திருக்கலாமில்ல."

"நான் உன்ன பாக்கத்தான் வந்தேன்" என்றதும் புரிந்துகொண்டவள் போல் தலையசைத்தாள். முகம் சிறுத்துக்கொண்டு வந்தது.

எடுத்தயெடுப்பிலேயே தேவி அமைதியானாள். சங்கடமான சில வினாடிகளுக்குப் பின் சாரதா "நேத்து நல்ல மழை போல. இந்த வருஷமே ஏகதேசமா எல்லா பக்கமும் நல்ல மழை" என்றாள். தேவி, "அப்படியாக்கா..." என்று மட்டும் சொன்னாள். இருவரும் கட்டிலில் அமர்ந்து கொண்டனர். சிலபல பொது விசாரிப்புகளின் வழியாகத் தேவியிடம் மனம்விட்டு பேசவேண்டும் என்பதுதான் சாரதாவின் முனைப்பு. முனைப்பு எல்லாம் ஏதோ சுவரில் மோதுவது போல் நின்றது.

சித்தி சில பலகாரங்கள் கொண்டு வந்தாள். "மாமனார் மாமியார் எல்லாம் நல்ல இருக்காங்களா?" என்று ஆரம்பித்து சித்தி பிடித்துக் கொண்டாள். உடல் நலம், விவசாய முதலீடு, போக்குவரத்து, வான்

நிலவரம் என்று சம்பந்தா சம்பந்தமில்லாமல் சித்தி வட்டமடித்து நீட்டி முழக்கிக் கொண்டிருந்தாள்.

சாரதாவின் சங்கடம் கூடிவரவே தேவி, "அம்மா, அக்காவைக் கொஞ்சம் சும்மா விடு" என்றாள்.

"என்னடி இது. நீ உன் வேலையப் பாரு. பெரியவங்க என்ன பேசுனா உனக்கு என்ன?"

சாரதா சலிப்பு தட்டி, "ஜாதகமெல்லாம் வருதா?" என்று மையப் பேச்சை எடுத்தாள்.

"அது வந்துகிட்டேதான் இருக்கு. எங்க! உங்க சித்தப்பாவே பாதி ஜாதகத்த சரி இல்லேன்னு கழிச்சு போடுறாரு. அதுக்குமேல கேட்டா சண்டைதான் வருது."

"இப்படிச் சொன்னா எப்படி சித்தி. நம்ம பொண்ணு இன்னும் சின்ன பொண்ணா? இன்னும் வருஷம் இருக்குன்னு நினைக்க."

"இந்த அஞ்சு வருசமா நாங்களும் பாத்துகிட்டே இருக்கோம். யாரு கண்ணு பட்டதோ! நாம இப்போ ஊருக்குள்ள வசதி வாய்ப்பா இருக்கோமில்ல, அதான் எல்லாருக்கும் பல்லெரிச்சல். வர்ற ஒன்னு ரெண்டு இடத்தையும் அது இதுன்னு சொல்லி கலைச்சு போடுறானுங்க."

சித்தி முடிக்கும் முன்னே சாரதா மறித்துத் தொடர்ந்தாள், "சித்தி, இன்னும் ஆறேழு மாசத்துல நாங்க வெளிநாடு போயிடுவோம். அவர் அதுக்குதான் முயற்சி பண்ணிட்டு இருக்கார். அதுக்குள்ள பாத்தாதானே நான் வந்து கல்யாணத்துக்கு வேலை செய்ய முடியும். அவளுக்கு இருக்குற ஒரே அக்கா நான்தான். நான் பாத்து செய்யுற மாறி வருமா?" கொஞ்சம் மூச்சுவிட்டு; தயங்குவதுபோல் ஆரம்பித்தாள். "இவ சம்பாரிக்கறதுதான எல்லாம். அது இதுன்னு காரணம் சொல்லாம நாலு தரகர நாமதான் போய்ப் பாக்கணும். வர்ற ஜாதகத்த மட்டும் பாத்தா போதுமா? நான் எத்தன ஜாதகம் சொல்லி இருப்பேன். ஆச்சு இல்லேன்னு எனக்காவது ஒரு பதில் சொன்னீங்களா? உங்க ஆர்வம் அவ்வளவுதானா?" என்று கடிந்தாள். சித்தி பேச்சுத் தடைபட்டு நின்றாள்.

இல்லா பதில்களைக் கண்ணீர் நிறைக்கிறது. பார்ப்பதற்கு உண்மை போலவே இருந்தது. உண்மையேதான். முனைப்பின்றி சித்தியின் கண்கள் வழிந்தோடின.

“உன்கிட்ட சொல்றதுக்கு என்ன. நாங்களும் போகாத கோயில் இல்ல, பாக்காத இடமில்ல. ஏதும் அமைய மாட்டீங்குது. உங்க சித்தப்பாவும் எதுவும் என்கிட்டே பெருசா கலந்துக்க மாட்டிங்கறாரு. நான்தான் கெடந்து தவிக்கிறேன். யார் வீட்டுக்கு வந்தாலும் நாம எங்க போனாலும் யாராவது இவளப்பத்தி கேட்டுடுவாங்களோன்னு பயந்து பயந்து வருது.” என்று முந்தானையில் மூக்கு சிந்தினாள்.

“நான் அதுக்குச் சொல்ல வரல சித்தி. நீங்க ரொம்ப கழிக்கிறீங்கன்னு..” என்று சொல்லி முடிப்பதற்குள் “நாங்க எங்க கழிக்கிறோம். தோதா வந்தா போதும்னுதான் பாக்குறோம். நான் சொல்லவும் முடியாம இருக்கவும் முடியாம கெடக்கேன் தெரியுமா. ஒரு பல்வலி வந்தாலும் சரி, மூட்டுவலி வந்தாலும் சரி கம்முன்னுதான் இருக்கேன். என்னால தடங்கல் வரக்கூடாதுன்னு. நான் அவ்ளோதான் செய்யமுடியும். என் பேச்ச இங்க யாரு கேக்குறா.”

தேவி தரையைப் பார்த்துக் கொண்டிருந்தாள். அவள் வேறு ஏதோ உலகத்தில். இவர்கள் யாரும் இல்லாத உலகத்தில்.

தேவிக்காக நியாயம் கேட்க வந்த சாரதா தன் சித்தியின் நியாயங்களைக் கேட்கும்படி ஆகிவிட்டது. சித்தி தனக்குத்தானே பேசுவதுபோல் இடைவிடாது பிரசங்கித்துக் கொண்டிருந்தாள். சாரதாவும் எப்படி எப்படியோ தன் சித்தியின் வார்த்தை ஓட்டத்தைப் பிடித்து தேவியின் கல்யாண விஷயத்துக்குக் கொண்டுவர முயற்சித்தாள். சித்தியின் மன ஓட்டம் பல திசைகளிலும் சிதறி வடிகால் கண்டுகொண்டிருந்தது.

சாரதா அமைதியானாள். தேவி மெலிதாகச் சிரித்தாள்.

சித்தி, “உங்க அம்மாயி செத்துப் போனாக்கூட நாலுபேர் மத்தியில மனசார அழுது தொலைக்கலாம். அதுக்கும் வழி இல்லாம உங்க அம்மாயியும் கிண்ணுனு இருக்கு. போன வாரம்தான் போய் பார்த்துட்டு வந்தேன்.” என்றதோடு நிறுத்தினாள். சாரதா ஏற்கனவே நிறுத்தி இருந்தாள். தேவி வெகுகாலம் முன்பே நின்றிருந்தாள்.

மூவரும் பேச்சின்றி ஆனார்கள். சொல்லி முடித்த சித்தி, சொல்ல முடியாத சாரதா, சொல்ல ஏதுமில்லாத தேவி, பேச்சின்றி அமர்ந்திருந்தனர். எழுந்து செல்லவோ பேசவோ மனமின்றி அமர்ந்திருந்தனர். மூச்சு சப்தம் மட்டும் சிறிது நேரம் கேட்டு அடங்கியது.

இந்த அசௌகரியமான நிசப்தத்தைக் குலைக்க சாரதா மட்டும் ஏதோ சொல்ல எத்தனித்தாள். தொண்டைவரை இயம்பிய சொற்கள் தோற்றுப் பின்வாங்கி மீண்டும் அடிவயிற்றுக்கே சென்று அடங்கியது.

சித்தி சுவரைப் பார்த்தும் தேவி தரையைப் பார்த்தும் நிலை கொண்டிருந்தனர். அணிகள் ஏதும் இல்லாத அமைதி அருகில் வந்து அமர்ந்து கொண்டது. அமர்ந்த அமைதி அனைவரையும் கிடுக்கிப் பிடியாகப் பிடித்துக்கொண்டது.

நிசப்தம் புறமாக, அமைதி அகமாக மௌனம் ஆழமாக நிகழ்ந்து கொண்டிருந்தது.

தனி மனம் அடங்கியதால் கூட்டு மனம் மேல் எழும்பியது. அங்கே சொற்கள் கரைந்திருந்தன ஆகையால் எண்ணங்கள் கரைந்திருந்தன ஆகையால் முரண்கள் கரைந்திருந்தன. ஆகையால் அவள் இவள் அது இது அங்கே இங்கே அன்று இன்று என்ற பேதம் இல்லாமலிருந்தது. அங்கே சித்தியின் நியாயத்தைச் சாரதாவும் சாரதாவின் ஆதங்கத்தைச் சித்தியும் கண்டனர். கூட்டு மனதிற்கு அப்பால் தேவி இருந்தாள். பிரிந்து சிதற அங்கு இச்சை இல்லாததால் அவர்கள் ஒற்றை மூச்சு இயக்கமாக அமர்ந்தே இருந்தனர். வழக்கமாகக் கேட்கும் காக்கையின் கரைச்சலோ பசுவின் மெய்ச்சலோ கோழியின் கொத்தலோ வேப்பமரத்தின் அசைவோ இல்லாமல் அவர்களுக்கு இயற்கைச் சூழல் சமைத்து தந்திருந்தது. அரிதினும் அரிதாக நிகழும் அது நிகழ்ந்தது. கூட்டு மனம் ஆழ்மனத்தில் தடுக்கி விழுந்தது. க்ஷணத்திலும் சிறிய க்ஷணமான அணுவிலும் சிறிய அணுவான அந்த அகால வெளிக்குள் பிரவேசித்தனர்.

அங்கு தேவி முற்றாய் இருந்தாள்.

அவர்கள் அங்கே வந்த மாத்திரத்திலேயே தத்தம் இச்சைகள் வந்து அவர்களைக் கலைத்துப் பின்னிழுத்துச் சென்றது. மீண்ட சாரதா பெருவெடிப்பாய் உடைந்து அழுதாள். வாய் பிளந்து வாய்விட்டு வாய் இழுத்து. மீண்ட சித்தி வெறுமனே அவர்களைப் பார்த்துவிட்டு அவ்விடம் விட்டு நீங்கினாள்.

தர்க்கத்திற்குச் சிக்காத அந்த உணர்வெழுச்சியால் சாரதா தரையை அறைந்து அறைந்து அழுதாள். அறையும் கரங்களைத் தேவி பற்றிக்கொண்டாள். சாரதாவைத் தன் நெஞ்சோடு அணைத்து சமாதானப்படுத்துபவள் போல் தலையை வருடிக்கொடுத்தாள். "அக்கா இப்ப என்ன ஆச்சு... வேணாம் வேணாம் விடு விடு... நான் நல்லாத்தான் இருக்கேன் எல்லாம் சீக்கிரம் சரியா போயிடும். நீ

கவலைப்படாதே அக்கா. எல்லாம் சீக்கிரம் சரியாப் போயிடும். எல்லாம் சீக்கிரம் சரியாப் போயிடும்" தேவி சாரதாவின் தலையைத் தடவி சொல்லிக் கொண்டிருந்தாள். சாரதா மெல்ல மெல்ல தன்னிலை மீண்டாள். மெல்ல மெல்ல விம்மலும் நின்றுவிட்டிருந்தது.

"ச்சே... நான் ஏன் அழறேன்னே தெரியல"

"பரவால்லக்கா..."

மீண்டும் அமைதியானார்கள். அவ்வமைதிக்குள் மீண்டும் பிரவேசிக்க பயந்த சாரதா அசட்டையாகச் சிரித்துவிட்டு, "உன்கிட்ட என்னமோ இருக்குடி. சித்தி சித்தப்பாக்குதான் அது தெரியல. ஏன் தெரியாம? எல்லாம் தெரிஞ்சுதான் இருக்கு. உன் சம்பளத்தைப் பார்த்து பழகினவங்க அவ்வளவு சீக்கிரமா உன்னைக் கட்டிக் கொடுத்துடுவாங்களா? வீடு நிறைய இத்தன புது ஜாமானுங்க. எல்லாம் உன் சம்பளம்தானே? இந்த வீட்டிலே என்ன நடக்குதுன்னு உனக்குத் தெரியுதா இல்லையா?

"அக்கா..." என்று சிறிது இடைவெளிவிட்டு "உன்னவிட எனக்கு நல்லா தெரியும்கா"

சாரதா தேவியைப் பரிதாபமாகப் பார்த்தாள். இந்தப் பொண்ணு எவ்வளவு பெரிய வார்த்தைய சொல்லிடுச்சு. தெரிஞ்சுமா இங்க இப்படிப் பூதம் மாதிரி உட்கார்ந்து இருக்கு. இப்படித் தன்னுடைய வாழ்க்கையச் சுரண்டறதுக்கு அனுமதிக்குதே. இவங்க எல்லாம் நல்லா இருப்பாங்களா?

அவள் எண்ணங்களை உணர்ந்தது போல் தேவி, "அக்கா நீ ஒண்ணும் நினைக்காதே. என் சம்மதம் இல்லாமயா இதெல்லாம் நடக்குதுன்னு நினைக்கிறே? எல்லாம் கொஞ்ச நாளைக்குத்தான் அப்புறம் எல்லாம் சரியாயிடும். நீ வேணா பாரு"

சாரதாவுக்குத் தன் தலையை யாரோ இன்னும் வருடிக்கொடுப்பது போலவே இருந்தது. ஏதோ நூற்றாண்டு சங்கடத்திற்கு ஆறுதல் சொல்வதுபோல. தீர்வு சொல்வதுபோல.

சாரதா முழுமையாகத் தன்னிலை மீண்டிருந்தாள். அவர்கள் சம்பாஷணையை வேறு எங்கேயாவது எடுத்துச் செல்ல சாரதா பெருமுயற்சி எடுத்துக் கொண்டிருந்தாள். தேவி அதைப் புரிந்து முழுமையாக ஒத்துழைத்தாள். இருவரும் சேர்ந்து பழைய ஆல்பம் பார்த்தார்கள். சிறுவயது சேஷ்டைகளை நினைவுகூர்ந்தார்கள். நேரம் செல்லச் செல்ல சாரதா சேயாகவும் தேவி தாயாகவும்

அங்குப் பாவனையில் இருந்தார்கள். சாரதாவும் அந்தப் பாவனை—யிலேயே லயித்திருந்தாள். சாரதாவின் அன்ன உடலையும் மனோ உடலையும் ஆனந்த உடலையும் ஏதோ அரூபக் கரங்கள் வருடிக் கொண்டேயிருந்தன.

அன்று சாயங்காலம் சாரதா சொல்லிக்கொண்டு கிளம்பும்போதுதான் வந்து தீர்வுகாண இங்கே ஏதுமில்லை என்பதையும் தேவியின் வாழ்வு பற்றிய ஒரு குழப்பமான சமாதானத்தையும் அவள் மனம் ஏற்றிருந்தது. ஏதோ ஒருவகையில் அவள் வாய்விட்டு அழுதது ஒரு சௌக்கியமான விடுதலையாக இருந்தது. அந்த விடுதலையே அந்நேரம் அவளுக்குப் போதுமானதாக இருந்தது.

2

சில மாதங்கள் கடந்திருந்தது. சித்தி வீட்டாரைத் தொடர்பு கொண்டு வரன் பற்றிய விஷயங்களைக் கேட்க சாரதாவால் ஏனோ முடியவில்லை. கேட்காமலேயே அங்கே என்ன நடந்து கொண்டிருக்கிறது என்று அவளால் ஊகிக்க முடிந்தது. இந்த இடைப்பட்ட காலத்தின் தேவியின் சம்பளத்தைத் தோராயமாக கணக்கு போட்டுப் பார்த்தாள். யாருக்குத்தான் ஆசை வராது. சாரதாவின் கைப்பேசி சிணுங்கவே அதை எடுத்துப் பார்த்தவளுக்குச் சுருக்கென்று இருந்தது. சித்தி அழைத்துக் கொண்டிருந்தாள். சாரதாவின் நெஞ்சின் மேல் திடீரென்று பாறாங்கல்லை வைத்தது போல் ஒரு அழுத்தம்.

“ஹலோ சித்தி...” என்றவுடனே சித்தி அழுதுகொண்டே சாரதா என்றாள்.

“சித்தி... என்ன ஆச்சு ? சித்தி அழாதீங்க... தேவிக்கு என்ன ?”

“அவ பிதுறு கெட்ட மாறி இருக்கா சாரதா. என்ன செய்யறதுன்னே தெரில.”

“சித்தி ! என்ன. பிதுறு கெட்ட மாதிரின்னா ?”

“பிரம்ம புடிச்ச மாறி இருக்கா. உக்காந்தா கெடையவிட்டு எழுந்திரிக்க மாட்டேங்குறா. கண்ண மூடுன்னா தொறக்க மாட்டேங்குறா. தொறந்தா மூட மாட்டேங்குறா. உங்க சித்தப்பா சொல்றத பாத்தா பயமா இருக்கு.” என்று அழுதுகொண்டே சொன்ன சித்தியின் சொற்கள் தோராயமாகத்தான் கேட்டது என்றாலும் சாரதா புரிந்துகொண்டாள்.

“பேசுறாளா ?”

“ஒன்னு ரெண்டுன்னு எப்பவாச்சியும். நீ வந்துட்டுப் போ கண்ணு..”

“வர்றேன் சித்தி. இன்னிக்கே வர்றேன். ஒண்ணும் பயப்பட வேண்டாம். நான் வந்து பேசிப்பாக்குறேன்”

“வீட்டுல யாருகிட்டேயும்...”

“அதெல்லாம் யாருக்கும் தெரிய வேண்டாம்”

ஒருநாள் தயங்கினாள். அடுத்த நாள் சித்தியே போனில் அழைத்து இப்போ வரவேண்டாம் என்றாள். இப்போது ஒரு அளவேனும் நல்லமுறையில் இருப்பதாகவும். மனநல மருத்துவரைப் பார்க்க ஒப்புவதாகவும் சொன்னாள். சாரதா அதிகப்படியான தன் விசாரிப்பின் வழியாகத்தான் தயங்கிய அந்த ஒருநாளை சரிகட்டிக் கொண்டாள்.

சிறிது நாட்கள் கழித்து சித்தியே மறுபடியும் அழைத்து இப்போது எல்லாம் சரியாகிவிட்டது என்றும் மருத்துவர் நல்ல கைராசிக்காரர் என்றும் சொன்னாள். எல்லாம் பழைய நிலைமைக்கே வந்துவிட்டது என்றும் தனக்கு இப்போதுதான் உயிர் வந்தது என்றும் பல சொற்களில் பொழிந்துகொண்டே சென்றாள்.

“கைராசின்னா அப்படி ஒரு கைராசி. மருந்து மாத்திரை ஒன்னும் இல்ல, சும்மா பேசியே சரி செஞ்சிட்டாரு. இவளும் கிளிப்பிள்ளை மாதிரி நடந்தா பாரு. சும்மா சொல்றேன்னு நினைக்காத உனக்கும் மனசு சரி இல்லேன்னா ஒரு எட்டுப் போய் பாத்துட்டு வா. சரியா”

“தேவிகிட்ட பேசட்டா ?”

“அவ போனுக்கே போடு. ஆமா மைக்ரோ ஓவென் வச்சுருக்கியா நீ.”

“ஹ்ம் என்ன...? தேவி மறுபடியும் வேலைக்குக் கீலைக்கு....”

“அதெல்லாம் கெட்டிக்கார பொண்ணு வேற கம்பெனில இன்னும் அதிக சம்பளமாமே. உங்க சித்தப்பா சொன்னாரு. அது சரி நான் உன்கிட்ட ஒன்னு கேக்கணும்ன்னு இருந்தேன், மைக்ரோ ஓவேன்ல அரிசி வேகுமா ?”

“ஏன் சித்தி! இத்தனைக்கு அப்புறமும் தேவிய வேலைக்கு அனுப்பணுமா ?”

“அட அதுதான் அவளுக்குச் சந்தோஷம். ஆமா அப்பளம்கூட சுடலாமாமே உண்மையா?”

சித்திக்குத் தேவையான பதிலைச் சொல்லிவிட்டுத் தனக்கான கேள்வியைத் தேக்கி வைத்துக் கொண்டாள்.

ஒரு மாதம் இந்த உறுத்தலை சாரதா ஆறப்போட்டிருந்தாள். அங்கிருந்து சாதகமாகவோ பாதகமாகவோ எதுவும் செய்தி வரவில்லை. சித்தப்பா பணம் சேர்த்துக் கொண்டிருப்பார் என்று மட்டும் தோன்றியது. சித்தி மைக்ரோ ஓவன் வாங்கியிருப்பாள். உருவாகி வந்திருந்த ஒவ்வாமை கால இடைவெளியினால் மட்டுப்பட்டிருந்தது. ஒவ்வாமையைப் புதுப்பிக்கும் வண்ணம் மீண்டும் சித்தியிடமிருந்து அழைப்பு வந்தது. சாரதாவிற்கு உள்ளுக்குள் அடித்துக் கொண்டது.

“ஹலோ சித்தி...”

......

“ஹலோ சித்தி கேக்குதா? தேவிக்கு ஏதாவது... என்ன ஆச்சு..”

சித்தி விசும்பியவாறு, “உங்க அம்மாயி தவறீருச்சு”

சாரதா ஆசுவாசமானாள்.

“தேவிதான் பக்கத்துல இருந்தா. அவதான் போன் பண்ணினா.”

“என்ன! தேவி பக்கத்துல இருந்தாளா? அம்மாயி உயிர் போறப்பவா? யாரு அவள அங்க போகச் சொன்னது? தேவி இப்போ எப்படி இருக்கா?” சாரதா பதட்டமாகக் கேட்டாள்.

“டாக்டர் தான் ஒரு சேஞ்சு வேணும்ன்னு சொன்னாரு. அவதான் அம்மாயி வீட்டுக்குப் போறேன்னா. ஏண்டி கண்ணு என்ன ஆச்சு” தன் சோக பாவனையைக் கைவிட்டுக் குழப்பமாகக் கேட்டாள்.

“சித்தி உங்களுக்குப் புரியுதா இல்லையா. அவ இருக்கற நிலைமையில அவளைத் தனியா அங்க. சரி விடுங்க இப்போ நீங்க எங்க இருக்கீங்க?”

“அம்மாயி வீட்லதான். உங்க சித்தப்பாதான் பந்தல், ஆளுக்காரங்க, சாப்பாடு எல்லாம் ரெடி பண்றாரு. எல்லாச் செலவும் அவர்தான் பாக்குறாரு.”

“சரி நாங்க இப்பவே கௌம்புறோம்.”

குடும்பம் சகிதமாக சாரதா அம்மாயி வீட்டுக்கு வரும்போது புதியதாய் வேய்ந்திருந்த பந்தல் அவர்களை வரவேற்றது. அதற்கு நடுவில் நின்று சித்தப்பா ஆள்காரர்களிடம் உரக்கப் பேசிக்கொண்டிருந்தார். இந்நிகழ்வின் முக்கியஸ்தர் போல தன் புது பணக்கார அந்தஸ்த்தைப் பயிற்சிசெய்து கொண்டிருந்தார்.

தேவியின் பணத்தை யார் யாரிடமோ எடுத்து நீட்டிக் கொண்டிருந்தார். ஜனங்கள் வரத் தொடங்கியிருந்தார்கள்.

சாரதா உள்ளே நடையும் ஓட்டமுமாகச் சென்று தேவியைத் தேடினாள். சித்தி அம்மாயியின் தயார் செய்த உடலருகே அமர்ந்திருந்தாள். சாரதாவைப் பார்த்ததும் தேவி உள் அறையில் இருப்பதாக சமிக்ஞை செய்தாள். சாரதா உள்ளே செல்லும்போது அவ்வறை சந்தன வாசத்தால் நிரம்பியிருந்தது. தேவியைப் போல் இருந்த ஏதோ ஒன்று "அக்கா..." என்றது. சாரதா சிறுகுழந்தையென அதன் மடிமீது விழுந்தாள். அது சாரதாவை ஏந்திக்கொண்டது. விழுந்தவள் கதறி அழுதாள்.

நேரம் செல்லச் செல்ல அவள் அழுகைத் தீவிரம் அடைந்தது. கடைசியாக அழுகை ஓய்ந்து மெல்லிய கண்ணீராக வழிந்தது. சாரதா அனைத்திற்கும் சேர்த்து கண்ணீர் சிந்திக் கொண்டிருந்தாள். அது சாரதாவை வருடிக் கொடுத்தது. சாரதா அதனருகில் அமர்ந்திருந்தாள். சாரதா என்னவாகவோ ஆகிப் போயிருந்தாள்.

சிறிது நேரம் கழித்து அது தேவியாகக் காட்சி செய்தது.

தேவியைப் பார்த்த சாரதா தன்னைத் திரட்டிக் கொண்டாள். மெதுவாகவும் தயக்கமாகவும் கேட்டாள், "என்னடி இதெல்லாம்?"

தேவி, "என்னக்கா? அம்மாயி போயிடுச்சு. அம்மா இதுக்குத்தான ஆசைப்பட்டுச்சு. ஆசைப்பட்டா நடக்க வேண்டியதுதான."

"என்னடி என்னென்னவோ பேசுற. எனக்குப் பயமா வருது"

"என்னக்கா பயம். சும்மா இரு. அதுதான் நான் இருக்கேன்ல்ல"

"என்னடி முகத்துல எந்தச் சோகமும் இல்லாத மாதிரி இருக்க.. அம்மாயி செத்துப் போச்சுன்னு உனக்குத் தெரியுதா?"

"தெரியாம என்னக்கா... நான்தான அனுப்பி வெச்சதே..."

பேயறைந்தாற் போல் சாரதா தேவியைப் பார்த்தாள். அதே அரூபக் கரங்கள் சாரதாவின் தலையை வருடிக் கொடுத்தன.

சாரதாவிற்குப் பதற்றம் தொற்றிக்கொள்ள மூச்சுத்திணறல் நெஞ்சையடைக்க அந்தக் கரங்களைத் தட்டிவிட்டு கூட்டத்தைப் பிளந்து காற்றிற்காக வெளியே ஓடினாள். உலகம் சுற்றியது. உடல் ஒருபுறம் மனம் ஒருபுறம் உயிர் ஒருபுறம் பிரிந்து நின்று கூத்தடித்தது. பந்தலை விட்டு வெளியேறி ஒரு செக்கின் மீது அமர்ந்து சிதறித் தெறித்த மூச்சுக் காற்றைச் சீர்செய்தாள். மூச்சு இழுத்து இழுத்துவிட்டாள். சீரடைந்ததும் உடைந்து அழுதாள்.

சித்தி ஆசைதீர அழுது திளைத்தாள். சித்தப்பா அந்தஸ்த்தில் திளைத்தார். சாரதா அச்சத்தோடு இது அனைத்தும் கவனித்துக் கொண்டிருந்தாள். இனிதான் செய்ய சுத்தமாக ஏதுமில்லை என்பதை உணர்ந்தாள். அம்மாயி காடு சேரும்வரை பிணம் போல் இருந்துவிட்டு குழந்தை, கணவனை இழுத்துக்கொண்டு அவ்விடம் விட்டு ஓடியே போனாள்.

3

சாரதாவின் குடும்பம் வெளிநாடு சென்றுவிட்டதாகச் சித்தி அறிந்தாள். சொல்லிக்கொள்ளமால் சென்றுவிட்டாள் என்று சித்தி வருந்தவில்லை. சித்தப்பா கார் வாங்கியதிலிருந்து அவளுக்குச் சூழ்நிலையின் தீவிரம் புரிந்திருந்தது. இதை இப்படியே விட்டு வைக்கலாகாது. சிறிது நாட்களாக ஜாதகம் வருவதும் நின்றிருந்தது. தரகர் வருவதே இல்லை. அவரிடம் நியாயம் கேட்டதற்கு முதல்நாள் அடி வாங்கினாள். இரண்டாம் நாள் உதை வாங்கினாள். மூன்றாம் நாள் இவளும் கை ஓங்கினாள். நான்காம் நாள் சண்டையை வீதிக்கு இழுத்து வந்தாள். ஐந்தாம் நாள் தேவியை வேலை செய்ய விடவில்லை. ஆறாம் நாள் புதிய ஜோதிடரைப் பார்க்க கணவனும் மனைவியும் சென்று வந்தார்கள். தேவி அக்காட்சிகளுக்கு எல்லாம் வெறும் சாட்சியாக இருந்தாள்.

புதிய ஜோதிடரிடம் சென்று வந்த நம்பிக்கையைச் சித்தி மந்திரம் போல் ஜபித்துக் கொண்டிருந்தாள். “ஆசைப்பட்டது நடக்கும்; எல்லாம் சரியா போகும்....; ஆசைப்பட்டது நடக்கும்; எல்லாம் சரியா போகும்...”

“நான் ஆசைப்படறதெல்லாம் இப்போ ஒன்னே ஒன்னுதான்... தாயே தெய்வமே எல்லாம் சரியா போகணும்”

குடும்பத்துடன் குலதெய்வக் கோவிலுக்குச் சென்றுவர வேண்டும் என்று சொல்லியிருந்தது ஜோதிடம். சித்தப்பா புதிய கார் ஓட்டும் ஆர்வத்திலும் சித்தி வரப்போகும் எல்லாம் சரியாகிப்போன காலத்தை

எதிர்நோக்கியும் தேவி அவர்கள் கேட்டதைக் கொடுத்துவிடும் தீர்மானத்துடனும் எட்டுக்கையம்மன் கோவிலுக்குச் செல்ல ஆயத்தமானார்கள்.

சித்தி வழிநெடுகிலும் புலம்பிக் கொண்டும் வேண்டிக் கொண்டும் வந்தாள். "நீ வேணா பாரேன் இந்தக் கோவிலுக்குப் போயிட்டு வந்தோமுன்னா எல்லாம் சட்டுபுட்டுன்னு நடக்கும். நாம நெனச்சமாரி" தேவி அமைதியாக இருந்தாள். "எத்தன நாளைக்கு இப்படியே இருக்குறது.. அது அது கரெக்ட்டா நடக்க வேண்டாமா... அந்த ஜோசியக்காரன் சொன்னா சொன்னதுதான். நமக்கு விடிவுகாலம் வந்திருச்சு. எல்லாம் பிரச்சனையும் முடிஞ் சிடும்" தேவி அமைதியாக இருந்தாள்.

"ஆனாலும் பாரு எல்லாம் காலம் வர்ற வரைக்கும்தான் இப்படி. அதுக்குண்டான காலம் வந்துருச்சுனா எல்லாம் சரியா போய்டும்." தேவி அமைதியாக இருந்தாள்.

இன்னாரிடம் சொல்கிறோம் என்றில்லாமல் அவளுக்கு அவளே சொல்லிச் சொல்லி எதையோ கட்டிக் கொண்டிருந்தாள். தேவி எல்லாவற்றையும் வெறுமனே பார்த்தவாறு இருந்தாள்.

கோயில் முற்றத்தில் இவர்களை இறக்கி விட்டுவிட்டு நல்ல நிழலான பாதுகாப்பான இடம் தேடி காரை நிறுத்தச் சென்றுவிட்டார். பொங்கப் பானை சாமான்களை சித்தி அவளாகவே எடுத்துக்கொண்டு ஒரு தோதான இடம் தேடி வைத்துவிட்டு, மாலை பூஜை பொருட்கள் மற்றும் இதர சாமான்கள் வாங்க புலம்பிக்கொண்டே சென்றாள். "வந்தாச்சு... வந்தாச்சு... பொங்க வெக்கிறோம், விளக்கு ஏத்துறோம், ஆத்துல குளிக்கிறோம், சாமி கும்பிடுறோம் அப்புறம் நம்மள புடிச்ச கருமத்தை இங்கேயே தொலைச்சுட்டு போறோம். கருமத்தை இங்கேயே தொலைச்சுட்டு போறோம். இங்கேயே தொலைச்சுட்டு போறோம்." சொல்லிச் சொல்லி புலம்பிப் புலம்பி சித்தி தீர்க்கப்படுத்திக் கொண்டாள்.

காருக்கு எந்தப் பாதிப்பும் வந்துவிடாத ஒரு சௌகரியமான இடத்தில் நிறுத்திவிட்டு தேவியின் அப்பா சாவகாசமாக வந்தார்.

பொங்கல் வைப்பதற்கு அடுப்பு கற்களை உருட்டிக் கொண்டிருந்தவள், "தேவி எங்கே?" என்று கேட்டாள்.

"ஏய்... என்ன என்கிட்டே கேக்குற ? தேவி எங்க ?"

"ஏங்க ! நீங்கதான கார் நிறுத்த கூட்டிட்டுப் போனீங்க.."

“இல்ல அவ உன்கூடவே இறங்கீட்டா...”

சுற்றும் முற்றும் பார்த்தனர். மனித முகங்களினூடே தேவி தென்படவில்லை. “சும்மா நிக்காதீங்க போய் தேடுங்க.” என்று சொல்லிவிட்டு எழுந்து ஆற்றுப் படித்துறைக்குத் தேவியைத் தேடி சென்றாள். சித்தப்பா கோயிலுக்குள் தேடச் சென்றார். ஆற்றுப் படிக்கட்டு, குளிக்குமிடம், தல விருட்சத் திண்ணை, முடி காணிக்கை மண்டபம், தேர் மண்டபம், கடை வீதி என்று தேடிக் களைத்தாள். தேவி கோயிலுக்குள்ளும் இல்லை காருக்குள்ளும் இல்லை என்று வந்து நின்றார். சித்தி அழ ஆரம்பித்தாள். சித்தப்பா நின்ற இடத்திலேயே இன்ன எண்ணம் என்று தெரியாமல் சுற்றும் முற்றும் பார்த்தார். எங்கும் மனிதர்கள். வெவ்வேறு முகங்கள். வெவ்வேறு பாவனைகள். வெவ்வேறு மனிதர்கள். அம்மனிதர்களுக்கு இடையே தேவி இருக்கவில்லை.

4

ஏழு பகல் ஏழு இரவு தேடினார்கள். சாமியார் மடத்தில் புதிய பெண் சாமி வந்திருப்பதாக சொன்னபோது சென்று தேடினார்கள். கருவறையில் ஒருத்தி நுழைந்துவிட்டாள் என்ற செய்தி கேட்டு சென்று தேடினார்கள். படித்துறையில் அடிதடியின்போது, தலவிருட்ச திண்ணையில் ஒற்றை ஆடை பெண் ஒருத்தி குறி சொல்வதாய் சொன்னபோது, முதல் பெண் திகம்பர அடிகள் வந்துள்ளார் என்று சொன்னபோது. ஓடி ஓடிக் களைத்தார்கள். எல்லாம் சரியாகிப் போகும் என்றிருந்த நிலைமை போய் இதெல்லாம் முடிந்தால் போதும் என்றாகிவிட்டது.

எல்லோரையும் கேட்டார்கள். போலீசிடம், பூசாரியிடம், கடைக்காரர்களிடம், வந்து செல்வோரிடம். கேட்டவர்களிடமே திரும்பக் கேட்டார்கள். யார் யாரோ எங்கெங்கோ எப்படியெப்படியோ பார்த்ததாகத் துப்பு சொன்னார்கள். சொன்ன இடம் சென்று ஏமாந்தார்கள். சமீபமாகக் கிணற்றில் விழுந்ததையும் இரயிலில் அடிபட்டதையும்கூடப் பார்த்துக் கழித்தார்கள்.

சித்தப்பா அழ ஆரம்பித்திருந்தார். சித்தி நிறுத்தியிருந்தாள். சித்தப்பா ஆகாரம் தவிர்க்க ஆரம்பித்திருந்தார். சித்தி மீண்டும் ஏற்க ஆரம்பித்திருந்தாள். இருவரும் ஒன்றன்பின் ஒன்றான வேறுவேறு உலகத்தில் இருந்தார்கள்.

கொந்தளிப்பும் இல்லாத, சமாதானமும் இல்லாத ஒரு மனம் வந்தமைந்தது. எல்லாச் செயலும் முறிந்து நின்றது. சேர்ந்து தேடியோர்

அகன்று கொண்டனர். தகவல் கிடைத்தால் சொல்லி அனுப்புவதாகப் போலீஸ் சொல்லிவிட்டது. கொஞ்சம் அக்கறை செலுத்தியோர் வீடு சென்றுவர அறிவுறுத்தனர். இவர்கள் உலகம் இங்கேயே நின்றுவிட, இவர்கள் விட்டுவந்த உலகம் முன் சென்றுகொண்டிருந்தது.

"வீட்டுக்குப் போய் மேல என்ன செய்றதுன்னு யோசிப்போம்" என்று சித்தப்பா சொல்லும்போது எதுவும் சொல்லாமல் இருந்தாள். "வந்த வேலை முடிந்தது. எல்லாம் சரியாகப் போய்விட்டது. கருமம் தொலைந்துவிட்டது. அதற்குத்தானே வந்தோம்" என்று மனம் அங்கதமாக நினைக்காமல் இல்லை. நினைத்தவுடனேயே கடிந்து கொண்டது. கடிந்துகொண்டவுடன் அதுவும் செய்ய வேண்டிய செயல்தான் என்று தர்க்கம் பேசியது. வெகுநேரம் அமைதியாய் இருந்துவிட்டுப் போகலாம் என்றாள். அவள் அதைச் சொல்வாள் என்று சித்தப்பா அறிந்திருந்தார்.

அவ்விடம் விட்டுச் சென்றவர்களை அங்குள்ளோர் மீண்டும் இதுநாள் வரை பார்க்கவில்லை

5

ஆண்டியர் மடத்தில் அன்று எல்லோரும் குதூகலமாக இருந்தார்கள்.

"தெய்வம் வருகுதுடோய் ஒரு தெய்வம் வருகுதுடோய்
அட ஆண்டி புதிய தெய்வம் வருகுதுடோய்
கூடு ஏது வீடு ஏது டோய் – அட ஆண்டி
உனக்குக் காடுகூட தான் ஏது டோய்
விதி உண்டா கதி உண்டா டோய் – இல்லை
வெறும் செயல் மட்டும்தான் உண்டா டோய்
செயல் ஒடுங்கும் மந்திரம் தெரியுமோ டோய்
மந்திர உட்பொருள் சூத்திரம் தெரியுமா டோய்
சூத்திரம் துலக்கும் மறைபொருள் அறியுமா டோய்
உடல் கரையுமோ உளம் கரையுமோ டோய்
உயிர்கூட சேர்ந்து கரையுமோ டோய்
வந்த வேலை முடிந்ததோ டோய்

தந்தாநே டோய் தானாநே டோய்

தெய்வம் வருகுதுடோய் புதிய தெய்வம் வருகுதுடோய்."

6

சாரதா மூன்றாவது குழந்தைக்கு மொட்டை போட்டுவிட்டு கோவிலுக்கு வெளியே வந்து வேடிக்கை பார்த்துக் கொண்டிருந்தாள். ஆற்றில் அகலப்பரப்பில் தட்டையாக நீர் ஓடிக்கொண்டிருந்தது. விசுவிசுவென்று ஈரக்காற்று அவளை முழுதும் நனைத்துச் சென்றது. ஆற்றுப் படுகை பகலின் வெம்மையை மேல் அனுப்பிக்கொண்டிருந்தது. கீழ்வானம் மஞ்சளாகவும் மேல்வானம் நீலமாகவும் அந்தி நிரப்பிக் கொண்டிருந்தது. அவள் இப்போது தனிமையையோ அமைதியையோ விரும்புவது இல்லை. தடுக்கி விழுந்துவிட்டால்? மேல் மனம் தேவியை நினைப்பதே இல்லை. அடி மனம் மறப்பதே இல்லை. தேவியின் மென்மயிர் தேகம், அகலமான தோள்கள், நீள்வட்ட முகம், நேர்நின்ற மார்பு, வற்றிய வயிறு, அவளின் முக ஒட்டங்கள், அக பாவனைகள் என்று எதையும்.

அடி மனம் அவளைக் காண விரும்பியதோ என்னவோ தேவியின் முகம் மின்னல்போல் ஒரு கீற்றாக எங்கோ தோன்றி மறைந்தது. சாரதாவிற்கு நெஞ்சு அடைத்தது. பரவசப் படபடப்பு அவளை நிரப்பியது. அங்குமிங்கும் பார்த்தாள். தென்படவில்லை. இல்லை, அது இங்கேதான் இருக்கிறது. தேவியாய்க் காட்சி கொள்கிறது. அருகில் பார்க்காதே தொலைவில் பார். தொலைவில் பார்க்காதே அருகில் பார். அருகிலும் இல்லாமல் தொலைவிலும் இல்லாமல் அக்கரைப் பரப்பில் ஒற்றை ஆடையுடன் தேவியாகிய அது சாரதாவைப் பார்த்து நின்றுகொண்டிருந்தது.

ஜடாமுடியுடன், சாதாரணமாக, மிக சாதாரணமாக. காலநிலையால் அடிபட்டு தேகமே உயிராக, புதிராகவோ புனிதமாகவோ புராணமாகவோ இல்லாமல் வெறுமனே நேரடியாக.

சாரதாவைப் போலவே.

அவள் அருகில் சில பிச்சைக்கார ஆண்டிகள்.

இருவேறு கரைகளில் இருந்து ஒருவரை ஒருவர் பார்த்துக் கொண்டிருந்தார்கள்.

ஒன் மொமெண்ட் ப்ளீஸ்

எங்கள் வாசற்படியில் அனாமத்தாக ஒரு ஆணுறை கிடந்தது. புதிய பிரிக்கப்படாத ஆணுறை. இந்த நாளின் அந்தி இப்படியாகக் கழியும் என்று கொஞ்சமும் எதிர்பார்க்கவில்லை. இரண்டு வீடுகளுக்கும் ஒரே வாசல்தான். படிக்கட்டு ஏறி வலம் திரும்பினால் நான் இருக்கும் வீடு. இடம் திரும்பினால் இன்னொரு வீடு. ஊரிலிருந்து அமெரிக்கா கிளம்பும்போது கவனமாக இரு, கவனமாக இரு என்று சொல்லித்தான் அனுப்பி வைத்தார்கள். நான் துளைக்கும் துப்பாக்கி, குத்திக் கிழிக்கும் கத்தி, உடைந்து விழும் விமானம், அந்தரத்தில் தூக்கும் சூறாவளி என்று எதிர்பார்த்தால் இப்படி ஒரு சோதனை. நான் எப்படி இதற்கு எதிர்வினை செய்வது. யாராவது என்னைப் பார்க்கிறார்களா? இங்கு எல்லோரும் எல்லாவற்றையும் பார்க்கிறார்கள். என்னை யாரோ பார்க்கிறார்கள் என்றே எடுத்துக்கொண்டு குனிந்து கைக்குட்டையால் அதை எடுத்து திருப்பிப் பார்த்தேன். அதில் எரிக்கா என்று பேனாவால் எழுதி இருந்தது. அதை அருகில் உள்ள குப்பைத் தொட்டியில் போட்டுவிட்டு சுற்றும்முற்றும் பார்த்தேன். எங்கள் இரட்டை வீடு போலவே அந்தத் தெரு முழுதும் உள்ள இரட்டை வீடுகளில் யாரும் வெளியே காணவில்லை. திரும்பி

எங்கள் வீட்டைப் பார்த்தேன். அதில் மற்றொரு வீட்டின் பெரிய ஜன்னலின் திரைக்குப் பின்னால் ஒரு அசைவு. எனக்குத் தெரியும் என்னை யாரோ பார்க்கிறார்கள் என்று. நல்லவேளை அதற்குத் தக்கவாறு நடந்து கொண்டேன்.

ஞாயிற்றுக்கிழமை முழுவதும் ப்ரெசென்டேஷன் தயார் செய்து கொண்டிருந்தேன். திங்களன்று அலுவலகத்தில் நான் ஒரு பெரிய பயிற்சி வகுப்பு எடுக்க வேண்டியுள்ளது. எங்கள் நிறுவனத்தின் வாடிக்கையாளர்கள் பலதரப்பட்டவர்கள். என்னுடைய மேலாளர் வேலையிலிருந்து நின்றுவிட்டார். ஆகையால் அவருடைய மேலாளர் என்னை நியமித்திருந்தார். எனக்கு இது நல்வாய்ப்பு. களைப்பாக உள்ளது என்று ஒரு சிகரெட் பற்றவைக்க வெளியே வந்தேன். அங்கு ஒரு பெண் அரக்கப்பறக்க எதையோ வாசலில் பொறுக்கிக் கொண்டிருந்தாள். என்னைப் பார்த்தவுட 'சடசட'வென்று அள்ளியதை அனைத்தும் ஒரு பையில் போட்டுக்கொண்டு குனிந்தவாறே என்னைக் கடந்து வாசற்படிகளில் ஏறி இடப்பக்கம் திரும்பி உள்ளே சென்றுவிட்டாள். என் எதிர் வீட்டில் ஒரு பெண் இருக்கிறாள் என்பதை உணர்ந்தேன். உணர்ந்த உடனேயே இன்னொன்றையும் சேர்த்து உணர்ந்தேன். அதை உறுதி செய்துகொள்ள வாசல் முழுவதும் கண்களை அலையவிட்டேன். தடயம் ஏதும் கிடைக்கவில்லை. திரும்பி அந்த ஜன்னலைப் பார்த்தேன். அதன் திரை அசைந்துகொண்டிருந்தது.

நான் எடுக்க வேண்டிய பயிற்சி வகுப்பு அன்று பெரிய சொதப்பல் இல்லாமல் சென்றது. எழுதிவைத்து மனனம் செய்ததை ஒரு ராகம் போல் பாடிவிட்டு வந்தேன். அன்றைய வகுப்பிற்குச் சொற்பமானவர்களே வந்திருந்தனர். வந்தவர்கள் அனைவரும் வயோதிக வாடிக்கையாளர்கள். எல்லோரும் தூங்கி வழிந்தனர். எனக்கு இது வசதியாக இருந்தது. வெள்ளையர், கறுப்பர், லட்டினோ, அரேபியர், ஆசியர், கிழக்காசியர் என்று வண்ணக் கோலப்பொடி போல இருந்தார்கள். வீடு வரும்வழி நெடுகிலும் மனம் எதிலும் லயிக்காமல் இருந்தது. ஏதேதோ சிந்தனை. தூரத்திலிருந்து வரும்போதே அவளைக் கண்டுகொண்டேன். மீண்டும் வாசலில் பொறுக்கிக் கொண்டிருந்தாள். நான் அவசர அவசரமாகச் சென்று அவள் அருகில் கிடந்ததை எடுத்துப் பார்த்தேன். அதில் 'எரிக்கா, யு ஆர் ஏ ஃபைன் ஃபக்' என்று எழுதி இருந்தது. அதை வெடுக்கென்று அவள் பிடுங்கினாள். அரைக்கணம் என் கண்களைச் சந்தித்தாள். சஞ்சலம் ஏதும் இல்லாத முகம் என்றாலும் அதன் கண்கள் நீர்மை கோர்த்திருந்தது. பிடுங்கியதை பையில் போட்டுக்கொண்டு திரும்பிப் பார்க்காமல் உள்ளே விறுவிறுவென்று சென்றாள்.

அன்று முன்னிரவு மனம் அலைக்கழிப்பாகவே இருந்தது. அலுவலகத்தில் என்னை நிரூபித்துக்கொள்ள வேண்டும். அதன் படபடப்புடன் இவளின் உரசல் வேறு. அவளது வட்ட முகம். வெண்ணிற தோல், மூக்கின் கீழ் உள்ள மென்மயிர், பரட்டைக் கூந்தல். முதல்தர அழகி இல்லை என்றபோதும் என் மனம் அலுவலகச் சோர்வைத் தாண்டி அவளை ஏந்திக் கொண்டிருந்தது. அன்றிரவு என் அந்தரங்க ஆசுவாசத்திற்கு அவள் பிம்பம் உதவியது. இதுநாள் வரையில் லட்சிய அழகிகளே என் கற்பனையில் அரங்கேறி இருக்கிறார்கள். அன்றிரவு அவள் விதிவிலக்கு. முடிந்தபின் ஏன் என்று யோசித்துப் பார்த்தேன். உண்மையைச் சொன்னால் எனக்கு ஒரே எதிர்வீடு; அதில் ஒரே ஆள்; அது ஒரு பெண். அவ்வளவே. மேலும் காரணம் கேட்டால் அவளது கண்களில் தேங்கி நின்ற நீர். அந்த மெல்லிய படலம். அந்த நீர் பரப்பு. அதில் தென்படுவது ஒரு பலகீனம். என்னைக் கட்டுக்குள் கொண்டுவர முடியும்; ஆக்கிரமிக்க முடியும் என்ற பதாகை. மிரட்டினால் மிரண்டுவிடுவேன்; அடித்தால் அழுதுவிடுவேன் என்ற கூற்று. வன்முறையின் சாத்தியத்தை அஞ்சும் கண்கள். அதுவே என்னை வீறுகொள்ளச் செய்தது. அவளது பெயர் எரிக்காவாக இருக்கக்கூடும்.

அலுவலக நண்பரிடம் ஆணுறையை ஒருவருடைய பெயர் எழுதி அவரது வீட்டின் முன்போடும் சடங்கின் காரணம் பற்றி கேட்டேன். அவர் சிரித்துவிட்டு, “இந்த நாடு ஒரு கலவையான நாடு. அதுல பல கூறுகள் வந்து சேரும். அப்படி எங்கிருந்தோ புதுசா வந்து சேர்ந்த ஒரு கீழ்மையான பழக்கம் இது. ஒரு பெண்ணை அவமானம் செய்யுற நோக்கத்தோடு செய்யறது. உன்ன எப்போ வேணும்னாலும் கெடுத்துப்போடலாம். நீ என்னோட லிஸ்டில் இருக்க. என்னிக்கு இருந்தாலும் நீ மாட்டுவ. அப்படீன்னு சொல்றது.” என்றார்.

“என்ன கிறுக்குத்தனம்...”

“நம்ம ஊரிலேயே கிறுக்கணுங்க இருக்காணுங்க. இந்த ஊருக்கு என்ன வந்தது. இங்கயும் நிறைய இருக்கானுங்க. இன்னும் சொன்னா ஒருவர் வீட்டுக்கு முன்னாடி வந்து மலம் அள்ளி வெச்சுட்டு போவானுங்க. நாம காசு வெட்டிப் போடுறோம் இல்ல. அந்தமாதிரின்னு வெச்சுக்கோ.”

அடுத்தநாள் அவள் வீட்டைவிட்டு வெளியே வரும்வரை நோட்டம் பார்த்து தற்செயல் போல் நானும் வெளியே வந்தேன். அவள் வீட்டைப் பூட்டிக் கொண்டிருக்கும் போது நானும் பூட்டுவது போல் திரும்பிக்கொண்டு மெலிதாக, “ஐ நோ வாட் யு ஆர் கோயிங் த்ரூ” என்றேன்.

அவள் திரும்பி என்னைப் பார்த்தாள். நானும் திரும்பினேன். "ஓஹ் ரியலி?" என்று எரிச்சலாகச் சொல்லிவிட்டு உடையை நேர் செய்தவாறு வெளியே சென்றாள். அவள் சென்ற பின் "எஸ் ரியலி..." என்று சொல்லிக் கொண்டேன். கனவில் வந்து கட்டளைக்குக் காத்துக்கிடக்க எவ்வளவோ அழகிகள். இவள் வந்தாள், இப்போது சென்றுவிட்டாள். அடுத்த வேலையைப் பார்ப்போம்.

அன்று பயிற்சிக்குப் புதிய வாடிக்கையாளர்கள் அரங்கு நிரப்பிக் கொண்டனர். எனது மாமூல் மனப்பாட வித்தை அன்று என்னைக் கைவிட்டது. குரல் நடுங்க, உடல் வியர்க்க, கால்கள் உதற அன்றையக் கப்பலைக் கரை ஏற்றினேன். என் நிறுவனத்தின் நிர்வாக இயக்குநர் என்னிடம் வந்து ஆறுதலாக அடுத்தமுறை நன்றாகச் செய் என்று சொல்லி இருக்காவிட்டால் நானும் அவள்போல அழுதிருக்க தேவையில்லை. நல்லவேளை அவர் மட்டும்தான் என் கண்களின் நீர்படலத்தைப் பார்த்தார். அடிபட்ட சோகத்துடன் வீடு திரும்பும்போது எரிக்கா வாசலில் நின்றாள். அவளைச் சட்டை செய்யும் அளவிற்கு அன்றைய நாள் உற்சாகமாக இருக்கவில்லை. நான் ஒதுங்கிப் போக எத்தனிக்கும்போது, "நான் நம்புகிறேன், நான் உங்களிடம் ஒரு மன்னிப்பைச் சமர்ப்பிக்க கடன்பட்டிருக்கிறேன் என்று." என்றாள். மூளையின் கட்டளையின்றி நான், "ஓஹ் உண்மையாகவா..." என்றுவிட்டு உள்ளே சென்றேன்.

என் கண்கள் நீர் படலம் கோர்த்த அந்தத் தருணத்தையே நான் எண்ணிக் கொண்டிருந்தேன். கும்பலின் முன்னால் ஒடுங்கி இருக்கும் நான். எரிக்கா என்னவாக இருந்திருப்பாள் அப்போது. அப்போது தோன்றும் எண்ணமெல்லாம் செயலெல்லாம் தப்பி ஓடுவது, பொந்துக்குள் புகுந்துகொள்வது. நான் அதைத்தான் யோசித்தேன். எரிக்கா அதைத்தான் செய்தாள். உரசலுக்குப் பின்பும் அவள் இன்று அணுக்கமாகத் தோன்றினாள்.

அடுத்து வந்த நாட்களில் நாங்கள் கண்கள் சந்தித்துக் கொண்டோம், முகமன் சொல்லிக் கொண்டோம். அதற்கிடையில் எனக்கு அருகில் உள்ள பல்பொருள் அங்காடியில் வேலை செய்யும் வேறு ஒரு லட்சிய அழகி என் கனவை அக்கிரமித்திருந்தாள். எரிக்கா எதிர்வீட்டுப் பெண்ணாக மட்டுமே ஆகிப்போனாள். அந்த அங்காடிக்கு அடிக்கடிச் செல்வேன். அந்த லட்சிய அழகி அங்கே விற்பனை பிரிவில் நின்றிருப்பாள். சிகாகோவில் கணிசமானோர் லட்டினோ இன மக்கள். அவர்களுக்கு இந்திய உடற்கட்டும் ஜப்பானிய தோல் நிறமும் இருக்கும். அவர்களுக்கு என்று பிரத்தியேக சந்தை உருவாகி வந்திருந்தது. அவர்களுள் சிலருக்கு ஆங்கிலம் தெரியாது ஸ்பானிய மொழி மட்டும்தான். என்னுடைய லட்சிய

அழகிக்கு ஸ்பானிய மொழி மட்டும்தான் தெரியும்போல. அவளிடம் ஆங்கிலத்தில் எது கேட்டாலும் "ஒன் மொமெண்ட் ப்ளீஸ்" என்று சொல்லிவிட்டு ஆங்கிலம் தெரிந்த ஒருவரை அழைத்து வந்துவிடுவாள். அவளை நோட்டம் விடுவேன். அவளும் என்னை நோட்டம்விட்டுக் கொண்டிருந்தாள். நான் எது கேட்டாலும் 'ஒன் மொமெண்ட் ப்ளீஸ்' தான். அவள் என்னைப் பார்க்கிறாள் என்பதற்காகவே தினமும் செல்வேன். தினமும் எனக்கு ஒரு 'ஒன் மொமெண்ட் ப்ளீஸ்' கிடைக்கும். அவள் அன்று என்ன ஒப்பனை செய்திருக்கிறாள், என்ன ஆடை அணிந்திருக்கிறாள், என்ன சடைப்பின்னல் இட்டிருக்கிறாள் என்பதைப் பார்க்க விருப்பம். அவள் எனக்குத் தோதான உயரம், என் உள்ளங்கைக்குள் அவள் உள்ளங்கை அடங்கிவிடும், அவள் அங்கங்கள் அனைத்தும் எனக்கான பிடிமானம். அலுவலகத் திறன் இயலாமைக்கும் அதன் விளைவாக உள்ள ஆற்றாமைக்கும் அவளைப் பார்க்கச் செல்வது ஒரு நல்ல வடிகால். அவளது 'ஒன் மொமெண்ட் ப்ளீஸ்' என் உள்ளத்தில் எப்போதுமே இசைந்து கொண்டிருக்கும். நான் தினமும் அந்த அங்காடி செல்வதை எரிக்கா கவனித்திருக்க வேண்டும். நான் எப்போதும் நடந்துதான் செல்வேன். என்னிடம் கார் கிடையாது.

அன்று அவள் வெளியே வந்து "நீங்கள் அங்காடிக்குச் செல்கிறீர்களா?" என்று கேட்டாள். நான் ஆமாம் உங்களுக்கு ஏதேனும் வாங்கி வர வேண்டுமா? என்று பவ்யமாகக் கேட்டேன்.

"நானும் அங்கேதான் செல்கிறேன். நானும் உங்களுடன் வரலாமா?"

"நான் நடந்து செல்வேன். தாமதமாகிவிடும்"

"இல்லை, உங்களுடன் வந்தால் சிறிது பாதுகாப்பாக உணர்வேன்"

எனக்கு அந்தச் சொற்கள் கிரீடம் வைத்ததுபோல் இருந்தது. பண்பானவன் என்ற அங்கீகாரம்போல். இன்னும் பணிவு கூடி வந்தது. "வாருங்கள் நான் துணைக்கு வருகிறேன்" என்றேன்.

ஒரு மீட்டர் இடைவெளிவிட்டு நடந்தேன். கண்டிப்பாக அவள் கண்களை மட்டும்தான் பார்த்துப் பேசவேண்டும் என்ற அவசரகால சங்கற்பம் எடுத்துக் கொண்டேன்.

செல்லும் வழியில் அமைதியாகவே சென்றோம். கண்டிப்பாக நான் எந்தப் பேச்சும் ஆரம்பிக்கக்கூடாது. அவளுக்கு வாய் கொஞ்சம் கோணல். சிரித்தால் ஒருபக்கம் இழுக்கும். லட்டினோக்களைப் போல் நீவிய கேசம் இல்லை. நெளிந்து நெளிந்து போகும் கொண்டை இடப்படும் சிதறல் முடி. இறுகிய புஜங்கள். அவள் நடை கொஞ்சம்

ஆண் தன்மை கொண்டிருக்கும். நன்றாகக் கவனித்தால் அன்றைய நடப்பு வழக்கிலிருந்து அவள் விலகியே இருப்பது தெரியும். அவளுடன் நடந்து வருகிறேன் என்ற முழுப் பிரக்ஞையுடன் இருந்தேன். அதனால் என்னவோ எனக்கே அந்நியமான ஒரு உடல் மொழி என்னிடம் தென்பட்டது. அந்த உடல் மொழி வசதியாகவும் நம்பகத்தன்மை கொண்டதாகவும் இருந்தது. அதையே ஏற்று நடித்துக் கொண்டிருந்தேன். சற்றும் எதிர்பார்க்காமல் எனது நிறுவன இயக்குநர் எங்கள் எதிரில் நடைபயிற்சி வந்தார். என்னைப் பார்த்து நிற்காமல் ஒரு கையைத் தலைக்கு மேல் தூக்கி சமிக்ஞை செய்தார். நான் என் பாவனையைச் சடுதியில் கைவிட்டு அவரை நோக்கி மேல் உடலை மட்டும் கொஞ்சமாக வளைத்து அரை வணக்கம் போல் என் வலது கையை நெஞ்சுவரை ஏற்றி இறக்கினேன். அவர் கடந்துவிட, நான் மீண்டும் தன்னிலை மீண்டு மீண்டும் புதிய உடல் மொழிக்குத் திரும்பினேன். அவள் அதைக் கவனித்தாள்.

"நீங்கள் இந்தியர்தானே ?"

"என்னுடைய வணக்கம் உங்களுக்குக் காட்டிக்கொடுத்து விட்டதா ?"

"நீங்கள் தென் அமெரிக்கர் என்றுதான் முதலில் நினைத்தேன்."

"நீங்கள் ?"

"ஆஃப்கன்..." என்று விட்டு அவள் மேல் உடலை வளைத்து அரை சலாம் செய்து காண்பித்தாள்.

நான் சிரிக்க அவளும் சேர்ந்து சிரித்தாள். "இங்கே நம்மை போன்றோர் அரை மக்கள்தான். அரை ஜீவனம்தான். அரை உரிமைதான். அரை வணக்கம்தான்." என்றாள்.

அவள் சுவாரஸ்யமாகப் பேசிக்கொண்டே சென்றாள். ஆஃப்கன் மக்கள் இங்கே இன்னும் இறுகிய சமூகமாகவே இருப்பதை; லட்டினோ மக்கள் தங்களுக்கான ஒரு கலாச்சாரத்தைச் சமைப்பதை; அரசியல், கலை, மக்கள், பிரதேசம் என்று என்னென்னவோ. நான் ஈடுகொடுத்துக் கொண்டு வந்தேன். பெரும்பாலும் கேட்டுக்கொண்டு. அவளை ஆச்சரியத்தில் உள்ளாக்க; நின்று கவனிக்க வைக்க; என்னிடம் பகிர்ந்துகொள்ள எந்தச் சரக்கும் அப்போதைக்கு இல்லை. நாங்கள் அங்காடிக்கு வந்து சேர்ந்திருந்தோம். ஒன் மொமெண்ட் ப்ளீஸ் இருக்கும் அங்காடிக்கு.

ஒன்றாகவே சென்று சிறிய சிறிய பொருட்களை வாங்கினோம். அவள் எடுத்த பொருட்களில் ஆங்கிலமும் அரபியும் அச்சிடப்பட்டிருந்தது. நான் எடுத்த பொருட்களில் ஆங்கிலமும் சில இந்திய மொழிகளும். அதைச் சுட்டிக்காட்டி "நாம் நம் சென்ற காலத்தை இன்னும் பொறுக்கித் திரிகிறோம்" என்றாள். அவள் பட்டியலில் மீண்டும் ஒரு புள்ளி. நான் பின்தங்கி அதலபாதாளத்தில்.

எரிக்காவிற்குத் தெரியாமல் நான் என் லட்சிய அழகியைப் பார்த்துப் பார்த்து மீண்டேன். எரிக்கா என்னிடம் வந்து "அந்த பெண் உன்னைப் பார்க்கிறாள்" என்றாள்.

என் ஆச்சரியத்தை வெளிக்காட்டாமல் "தெரியும்" என்றேன்.

"தெரியுமா? அப்படியானால் அவள்..."

"இல்லை... அவளுக்கு ஆங்கிலம் தெரியாது..."

"இதற்கு எதற்கு ஆங்கிலம். போய் பேசிப் பார்."

"நான் பலமுறை பேசி இருக்கிறேன். அவளுடைய ஒரே பதில் 'ஒன் மொமெண்ட் ப்ளீஸ்' தான்."

எதற்கு 'ஒன் மொமெண்ட் ப்ளீஸ்'? என்றாள்.

"நீயே கேட்டுப்பார்." என்றவுடன் எரிக்கா சிறிதும் தயங்காமல் அவளிடம் சென்றாள். நான் தூர நின்று பார்த்தும் பார்க்காமலும் கவனித்தேன்.

எரிக்கா அவளிடம் என்னை நோக்கி ஏதோ காண்பித்து பேசினாள். என் அடிவயிறு சப்தமிட்டது. வேறுபக்கம் திரும்பிக் கொண்டேன். எரிக்கா கிண்டலாகச் சிரித்துக் கொண்டு திரும்பி வந்தாள்.

"பைத்தியம், அவளிடம் என்ன சொன்னாய்?"

"கண்டிப்பாகச் சொல்ல வேண்டுமா?"

"சொல். என்னைக் காண்பித்து என்ன சொன்னாய். உனக்கு ஸ்பானிய மொழி தெரியுமா? அவள் என்ன சொன்னாள். என்னைக் காக்க வைக்காதே"

எரிக்கா சிரிப்பை அடக்க முடியாமல், "எனக்கும் 'ஒன் மொமெண்ட் ப்ளீஸ்' தான் சொன்னாள்".

எனக்குச் சிரிப்பு வந்தது. அவள் சிரிக்க, அவளைப் பார்த்து நான் சிரிக்க அவள் மேலும் என்னைப் பார்த்துச் சிரித்தாள். நாங்கள்

வெளியே ஓடிவந்து சிரித்தோம். விலா எலும்பு வலிக்கும் வரை சேர்ந்து சிரித்தோம். கண்களில் வழிந்த நீரை துடைத்தாள். அவளது சிரிப்புப் புன்னகையாக மாறியிருந்தது.

“ரொம்ப நாட்கள் ஆகிவிட்டது. இப்படிச் சிரித்து.” என்றாள்.

நாங்கள் வீடு திரும்பினோம். வரும் வழியில் என் உடல் மொழியை, பாவனையைக் கைவிட்டு இயல்பாக இருந்தேன்.

கொஞ்ச நேரம் அமைதியாக நடந்தோம். அவள் எங்கிருந்தோ ஆரம்பித்தாள். “யோசித்துப் பார்த்தால் நம்மால் சில இடங்களில் ‘ஒன் மொமெண்ட் ப்ளீஸ்’ சொல்ல முடிவதில்லை. சொன்னாலும் நமக்கு அந்த ஒன் மொமெண்ட் கிடைப்பதில்லை.” என்றாள்.

“ம்ம்ம்...”

“நான் சொல்வது உனக்குப் புரிகிறதா. நான் ஆஃகானில் சொன்ன ஒன் மொமெண்ட் ப்ளீஸ்—ன் விளைவுதான் இப்படி இங்கே இருக்கிறேன். இப்போது இங்கேயும் ‘ஒன் மொமெண்ட் ப்ளீஸ்’ சொல்லிக் கொண்டிருக்கிறேன். நீ பார்த்தாயா என் வீட்டின் எதிரில் ஆணுறையில் என் பெயர் எழுதி வீசுகிறார்கள். நான் அவர்களுக்கு அரை சலாம் போடுகிறேன். அவர்களிடம் ‘ஒன் மொமெண்ட் ப்ளீஸ்’ சொல்ல விழைகிறேன்.

“யார் அப்படி எழுதி வீசுவது?”

“என் மாணவர்கள்.”

“எதற்காக அப்படிச் செய்கிறார்கள்?”

“என்னை மிரட்டுவதற்கு. நான் பலகீனமானவள் என்பதை மோப்பம் பிடித்துவிட்டார்கள். அது கும்பல் மனநிலை. ஒரு சிலர் அதை ஆரம்பித்து வைப்பார்கள். அதற்கு தயங்கியவர்கள் சேர்ந்து கொள்வார்கள். மீதி சிலர் தனித்துப் போகக்கூடாது என்று சேர்ந்து கொள்வார்கள். அனைவருக்கும் ஒரே நோக்கம் என்று சொல்ல முடியாது. ஒரு சிலர் என்னைக் காதலிக்கவும் கூடும். நான் ஆஃப்கானிஸ்தானில் பிணைக் கைதியாக இருக்கும்போது என்னை இரண்டாவதாக கபளீகரம் செய்தது என் சொந்தக்காரன்தான். பின்பு அவன் தான் என்னைக் காப்பாற்றி இங்குக் கொண்டுவந்து சேர்த்தான். இப்போது யாரும் கபளீகரம் செய்யவும் வேண்டாம், காப்பாற்றவும் வேண்டாம். நான் வேலையை விட்டுவிட்டேன். அடுத்த வாரம் இந்த ஊரைவிட்டு நீங்குகிறேன். வேறு இடம் செல்கிறேன். ஒன் மொமெண்ட் ப்ளீஸ் சொல்லப் போகிறேன்.”

நான் எங்குச் செல்கிறாய் என்று கேட்கவில்லை.

அவள் அதை உணர்ந்தாற்போல் சிரித்தாள்.

வீடு வந்தது. அவள் கையை நீட்டி "நான் எரிக்கா.."என்றாள். அவள் கையைக் குலுக்கி "நான் மோகன்.." என்றேன்.

"மன்னிக்கவும் ஒரு உணர்ச்சி வேகத்தில் என் அந்தரங்கத்தை உங்களிடம் சொல்லி உங்களையும் சோகத்தில் ஆழ்த்திவிட்டேன்."

"அதைக் கருத்தில் கொள்ளாதே.."

அவரவர் வீடு புகுந்தோம்.

அந்த நாள் முழுவதும் வானில் பறப்பது போல் இருந்தது. அவள் என்னை நம்புகிறாள். ஒரு பெண்ணின் நம்பிக்கைக்கு உரியவன் நான். நம்பி அவள் அந்தரங்கத்தைப் பட்டியலிடுகிறாள். பந்தி விரிக்கிறாள். மீதம் உள்ள நாட்கள் அவளுக்குப் பாதுகாப்பாக இருக்க வேண்டும். அவள் கௌரவத்தைக் காபந்து செய்து அவளிடம் ஒப்படைக்க வேண்டும். அந்த நினைப்பிலேயே தூங்கிப் போனேன்.

அடுத்தநாள் நேற்றைய சமாதானம் கலைந்திருந்தது. அலுவலகத்தில் அன்று புலி போல இருந்தேன். பயிற்சி வகுப்பு என் கட்டுக்குள் இருந்தது. அனைவரையும் அவர்களின் உச்ச விசையில் வைத்திருந்தேன். அரங்கத்தை முழு நிர்மாணம் செய்திருந்தேன். எனக்கு அன்றைய நாள் மிகப்பெரிய வெற்றி.

அவள் என்னை என்ன செய்கிறாள் என்று இப்போது புரிந்தது. ஆபத்தைக் கண்கொண்டு நேர்நோக்கினால், அது மட்டுப்படும். பிறகு அந்த ஆபத்தைச் சவாரி செய்யலாம். அவள் என்னை ஆபத்தாகத்தான் உணர்கிறாள். ஆபத்தாகிய என்னிடம் ஒரு பிரத்யேக உறவு வைத்திருந்தால் நான் அவளை ஒன்றும் செய்ய முடியாது அல்லவா. அவளை பாதுகாப்பேன் அல்லவா. எனது பொறுப்பு வளையத்திற்குள் வந்துவிட்டால் அப்புறம் என்ன கவலை. பாதுகாப்பற்ற சிறுமி ஒரு தட்டான் ஆணிடம் அடைக்கலம் சேர்வது போல. தட்டான் ஆண் பிற சில்லறை ஆண்களிடம் இருந்து அவளைக் காபந்து செய்வான். ஜார்ஜ் வாஷிங்டன் தன் எதிரியிடம் நல்லுறவு வைத்திருந்தார். எதிரியின் வீட்டிற்குச் சென்று வருவார். புத்தகம் கடன் வாங்குவார். சட்ட ஆலோசனை கேட்பார். எதிரியைத் தன்னுடைய செயலில் வெற்றியில் பங்குதாரர் ஆக்குவார். ஜார்ஜ் வாஷிங்டன் இறுதியில் வெற்றி பெறுவார். அவ்வளவே. நானே அவளுக்கு ஆபத்து அதனால் நானே இப்போது பாதுகாப்பு. ச்சே...

இத்தனைக்குப் பின்பும் அடுத்தநாள் அவளுடன் அங்காடிக்குச் சென்று வந்தேன். இம்முறை அவளிடம் எந்தப் பாவனையையும் நான் கைக்கொள்ளவில்லை. விலக்கமும் அணுக்கமும் ஒரு சேர்ந்தாற்போல் உணர்ந்தேன்.

அடுத்து வந்த நாட்கள் எல்லாம் அங்காடி சென்றோம். அங்கே தவறாமல் என் லட்சிய அழகியை இருவரும் பார்ப்போம். சம்பந்தா சம்பந்தம் இல்லாமல் சிறுசிறு குட்டி பொருட்களை எடுப்பாள். ஏதாவது ஒரு பொருளைப் பற்றி என்னிடம் கருத்துக் கேட்பாள். கூஜா, டீ போத்தல், வாசனை திரவியம் என்று ஏதேதோ. நானும் ஏதாவது சொல்லி வைப்பேன். நான் சொல்வதை உன்னிப்பாய்க் கவனிப்பாள். வீட்டிற்குத் திரும்பும்போது ஒவ்வொருமுறையும் எரிக்கா ஒரு கதை சொல்வாள். நான் அதை உன்னிப்பாகக் கவனிப்பது போல் பாவ்லா செய்வேன். ஒரு சில அஹமதிய பெண்கள் சந்தையில் விலை போவதைத் தான் விரும்புவாள் என்பாள். சக்கரி மினாரெட் ஸ்தூபியை இடித்ததும் பாமியான் புத்தரை இடித்ததும் வேறுவேறு சித்தாந்தம் என்பாள். வீடு வந்து அவள் சொன்னதை அலசிப் பார்ப்பேன். அதில் கண்டிப்பாகக் கள்ளத்தனமான ஒரு உறவும் ஒரு தூரமும் இருக்கும். தன்னைக் கபளீகரம் செய்தவனையே ஆயுதமாக வைத்து தப்பித்தவள் அல்லவா. அதுகூட உண்மை என்று யாருக்குத் தெரியும். நான் ஒருபோதும் எல்லை மீறாமல் எனக்கு இடப்பட்ட பாதையில் நடந்தேன். அது ஒரு பொருட்டே இல்லாதது போல். இந்த விளையாட்டில் என் வெற்றி என்பது கம்பீரமான விலக்கம்தான். அதை அவள் உணர்ந்தே ஆகவேண்டும். அவள் என்னை என்ன செய்கிறாள் என்பதை நான் உணர்ந்தேன் என்று அவள் உணர வேண்டும். இருந்தும்கூட நான் கனிவாகப் பண்பாக இருக்கிறேன் என்று காண்பிக்க வேண்டும். அதுவே என் வெற்றி.

இன்னும் இரு தினங்கள்தான் இருக்கிறது. என் கதவை அவள் தட்டினாள். இது நடக்கும் என்று எனக்குத் தெரியும். வழமைக்கு மாறாக வீட்டை சுத்தமாக வைத்திருந்தேன். கதவைத் திறந்த நான் மெல்லிய ஆச்சரிய உணர்வை நடித்துக் காண்பித்தேன்.

"உள்ளே வரலாமா?"

"நிச்சயமாக... வாருங்கள். அமருங்கள்.. காஃபி அருந்துகிறீர்களா?"

"இல்லை வேண்டாம்.. நான் கிளம்புவதற்கு எல்லா ஏற்பாடுகளும் செய்து விட்டேன். என்னிடம் சில வீட்டுப்பொருட்கள் இருக்கின்றன. அதை எனக்கு விற்க எண்ணமில்லை. கொண்டு செல்லவும் முடியாது.

நீங்கள் அனுமதித்தீர்கள் என்றால், நான் உங்களுக்கு அவைகளைப் பரிசாகத் தர விருப்பப்படுகிறேன்."

"உண்மையாகவா? நான் அதற்கான பணம் தந்து விடுகிறேன்."

"இல்லை இல்லை.. வேண்டாம். ஆனால் நீங்கள் என்னிடம் அவைகளை வாங்கிக்கொள்ள வேண்டும். வேண்டாம் என்று சொல்லக் கூடாது. அப்போதுதான் எனக்கு மகிழ்ச்சி" என்று இறைஞ்சுவது போல் கேட்டாள்.

நான் சிரித்துக்கொண்டே சரி என்றேன்.

தொலைக்காட்சி, சில நாற்காலிகள், பெரிய மேசை, கடிகாரம், வீட்டு மளிகைப் பொருட்கள், சில புத்தகங்கள், அலங்கார ஆஃப்கன் தரை விரிப்பு, இன்னும் சில சுவாரஸ்யமான பொருட்கள் வீடு மாறின. ஒரே நாளில் என் வீடு ஆஃப்கானிய வீடுபோல் ஆகிவிட்டது. இதை அனைத்தும் அவள் மாறாத புன்னகையுடன் செய்தாள். இன்னும் எனக்குக் குழப்பம். இது அவள் ஏற்றிருக்கும் பாவனையா அல்லது இதுதான் அவளின் இயல்பா என்று. இந்த ஆட்டத்தில் அவளுக்குத்தான் இறுதி வெற்றிபோல.

மறுநாள் அதிகாலையிலேயே அவள் சென்றிருந்தாள். நான் வெளியே வரவில்லை. அவள் சொல்லிக் கொள்ளாமலேயே போகட்டும். ஒருவேளை என்னுடைய கடைசி ஆட்டம் அதுவாகத்தான் இருக்கும். அவள் சென்றுவிட்டாள் என்பதை உணர்ந்தேன். இருப்பினும் போதுமான அவகாசம் விட்டு வெளியே வந்து பார்த்தேன். அவள் வீடு பூட்டியிருந்தது. என் கதவின் ஓரமாக ஒரு அலங்காரத் தட்டு. அதில் அவள் சமீபமாக வாங்கிய மற்றும் உபயோகித்து மிச்சம் வைத்த சில பொதுவான பொருட்கள். அவற்றுள் சில எனக்கு அடையாளம் தெரிந்தது. அவற்றை உள்ளே எடுத்து வந்தேன். வேலைப்பாடு உள்ள கூஜா, உயர் ரக டீ போத்தல், வித்தியாசமான குடுவையில் வாசனை திரவியம், கரும் நிறத்தில் உள்ள பேரீச்சை, வாசனையான புது சோப்புக்கட்டி, பேனா, சிறிய கடிகாரம் என்று இன்னும் என்னென்னவோ. கடைசியாக எல்லாப் பொருட்களுக்கும் அடியில் மறைத்து வைத்தாற்போல் ஒரு ஆணுறை. அதை எடுத்துத் திருப்பிப் பார்த்தேன். அதில் மோகன் என்று எழுதியிருந்தது.

1992

ஜீவானந்தம் பஸ்ஸை விட்டு இறங்கிய போது அவனைக் கடந்து சென்ற ரிக் வண்டி அவனுக்கு அப்பாவை ஞாபகப்படுத்தியது. வீடு சென்றால் அவரை எதிர்கொள்ள வேண்டும் என்று நினைக்கும்போதே கசந்தது.

பையை தோளில் போட்டுக்கொண்டு நடக்கும் போது ஏதேதோ கலவையான எண்ணங்கள். தங்கை; அப்பா; பணம்; தோட்டம்; கல்யாணம் என்று உதிரிக் காட்சிகள். இன்னும் ஒரு பர்லாங் நடக்க வேண்டும். சாலையின் இடது புறம் விட்டுவிட்டு வரும் கிராமத்து வீடுகள். வலது புறம் ஊர் மந்தையைப் பிரிக்கும் முள்வேலி. ஊரார் யாராவது பார்த்தால் ஏதாவது கேட்பார்கள் ஏதாவது சொல்ல வேண்டும். முள்வேலி பக்கமாக முகத்தைத் திருப்பிக் கொண்டே நடந்தான். பசித்தது. நேற்றே அம்மாவிடம் சொல்லியிருந்தான். பருப்பு சாதமும் புளிக்காச்சலும். வலுக்கட்டாயமாக உணவை நினைத்துக் கொண்டான். வீடு நெருங்க நெருங்க என்னவென்று சொல்ல முடியாத பதற்றம். அம்மாவைப் பார்த்தவுடன் சிறிது ஆசுவாசம் அடைந்தான். அவள் காம்பௌண்டுக்கு வெளியே நின்றிருந்தாள்.

"அம்மா! ஏன் வெளியே நிக்கிற" பையை நீட்டினான்.

வாங்கிக் கொண்டவள், "பஸ்சு போச்சுல.. நீ வருவேன்னுதான் பாத்துக்கிட்டு இருந்தேன்.."

உள்ளே சென்று செருப்பைக் கழட்டிக் கொண்டே கேட்டேன். "அப்பா எங்க?"

"பல் விளக்கிவிட்டு வா, காபி போடுறேன்"

"என்ன சமையல்?"

"பொங்கல்..."

"பொங்கலா... அம்மா.... நான் நேத்து என்ன சொன்னேன்?"

"அட, அப்பா ஒன்னு கேக்குறாரு நீ ஒன்னு கேக்குற. நான் எதைத்தான் செய்றது. இங்கதான இருக்கப் போற..., நாளைக்குச் செஞ்சு தர்றேன்..."

ஜீவானந்தம் கொல்லைப்புறம் சென்று பயணக் களைப்பை கழுவிக்கொண்டு வந்தான். அம்மா சமையலறையில் இருந்தாள். காபி மணம் அள்ளியது. வீட்டுக்குள் சுற்றும்முற்றும் பார்த்தான் ஏதாவது மாறி இருக்கிறதா என்று. எல்லாம் அப்படியே அங்கங்கே இருந்தது. டிராவை திறந்து பார்த்தான், அலமாரியை, டிரங்கு பெட்டியை. எல்லாம் சரியாகவே இருந்தது. ஒவ்வொரு ஸ்விட்ச்சாகப் போட்டுப் பார்த்தான். எது வேலை செய்கிறது எது வேலை செய்யவில்லை என்று கவனித்துக் கொண்டான். டிவியை போட்டான், அப்புறம் அமத்தினான். டிவி பெட்டிக்கு மேல் உள்ள கையளவு புகைப்படத்தில் அப்பா பந்து வீசிக்கொண்டிருந்தார். சிறுவயது ஜீவானந்தம் பேட் பிடித்துக்கொண்டிருந்தான். 1992 என்று அதன் சட்டகத்தில் எழுதியிருந்தது. உலகில் உள்ள அனைத்து சந்தோஷங்களும் அதில் நிறைந்து வழிந்து கொண்டிருந்தது. 'அந்த ஜீவானந்தம் எத்தனை பாக்கியசாலி. அத்தனை உற்சாகமாக அத்தனை பாதுகாப்பாக இருக்கிறான். நிகழ்ந்து கொண்டிருப்பதாலேயே காலம் கருணையற்றதாகி விடுமா? பின்சென்று மீண்டும் நிகழ்த்த முடியாதா? அடுத்த நூற்றாண்டின் சவாலாக இதுவே இருக்க வேண்டும். மனிதம் உய்விக்கலாம்.' புகைப்படத்தை கையில் எடுத்துக்கொண்டு நினைவில் ஆழ்ந்து இருக்கையில் அம்மா வந்து காபி கொடுத்தாள். வரக்காப்பி. இன்னும் ஒரு பெரிய தூக்கு போசி நிறைய காபி கலந்து இருந்தாள்.

“எதுக்கு இவ்ளோ காபி? யாராவது வீட்டுக்கு வராங்களா?”

“சாப்பிடு சொல்றேன்.”

“அப்பா எங்க?”

“தோட்டத்துல..”

“தோட்டத்திலயா? இந்நேரத்தில அங்க என்ன வேலை? அதுதான் எந்த வெள்ளாமையும் வைக்க கூடாதுன்னு கண்டிசனா சொல்லி இருக்கேன்ல..”

“வெள்ளாமை என்னத்த வெச்சாரு?”

“அப்புறம்? மாடு கன்னுன்னு ஏதாவது வாங்கிட்டாரா?”

“தோட்டத்துல போற் போட்டுகிட்டு இருக்கார்.”

நம்பமுடியாமல் அம்மாவைப் பார்த்தான். அப்புறம் நம்பினான். மாடு மெதுவாகத் தலை அசைப்பது போல அசைத்து, “அது சரி...” என்று நிராகரிப்பாகச் சொன்னான். “அதுதானே பார்த்தேன்; எங்க எல்லாம் சரியா இருக்கே! ஊதாரி திருந்திருச்சான்னு நினைச்சேன்.”

அம்மா ஒன்றும் சொல்ல முடியாமல் நின்றாள்.

காபி டம்ளரைக் குடிக்காமலேயே கீழே வைத்துவிட்டுக் கேட்டான், “அந்தப் பாங்காட்டுக்கு போற் போடச்சொல்லி இப்போ யார் கேட்டது? நமக்கு இப்போ வேற செலவு இல்லையா? பாப்பாவுங்க வீடு கட்டிக்கிட்டு இருக்காங்க. ஒரு பத்து லட்சமாவது வச்சாத்தான அவளுக்கு அவ வீட்டுல கொஞ்சம் கவுரவமா இருக்கும். இருக்கிற காச இப்படி ஊதாரித்தனம் பண்ணினா அப்புறம் பாப்பாவுக்கு என்ன சீர் செய்றதா உத்தேசம்?” பொரிந்து தள்ளினான். மூச்சு இரைத்தது. முத்து முத்தாக வியர்த்திருந்தது.

அம்மா தயக்கமாக, “இல்ல, உனக்குப் பொண்ணு பாக்குற இடத்தில எல்லாம் தோட்டத்த சும்மா போட்டு வெச்சுறுக்கோம்னா சொல்ல முடியும்? அது நல்லா இருக்காதுல?”

“ஆஹா... பெரிய ஜமீன்தாரு... சும்மா இருக்கேன்னு சொன்னா கிரீடம் கொறஞ்சு போய்டும். இவருக்கு இதெல்லாம் ஒரு விளையாட்டு. கைத்தடி நாலு பேர கூட வெச்சுகிட்டு எதாவது பண்ணியே ஆகணும் பாரு! இப்படிப் பண்ணி பண்ணியே டவுன்ல இருக்குற பில்டிங்க க்ளோஸ் பண்ணாரு. பேங்க்குல இருக்கிற பூரா பணத்தையும்

க்ளோஸ் பண்ணாரு. சரி போனது போய் தொலையட்டும்னு பாத்தா, மறுபடியும் ஆரம்பிச்சுட்டாரு."

"நான் என்ன பண்றது?" அம்மா அழுவதுபோல் ஆனாள்.

"இதற்காகத்தான் நான் ஊருக்கே வர்றதே இல்ல. நான் வர்றப்பதான் கரெக்டா ஆரம்பிச்சிருக்காரு பாத்தீங்களா? ஆரம்பிச்சிட்டதனாள காசு கேட்டா கொடுத்துருவேன்னு நெனெனப்பு. சல்லி பைசா கொடுக்க மாட்டேன். நான் என் பொறந்தவளுக்குச் சேத்தி வச்ச காசு."

அம்மா ஒன்றும் சொல்லாமல் நின்றாள்.

ஜீவானந்தம் மேற்கொண்டு ஏதும் சொல்லாமல் அணிந்து வந்த சட்டையையே மீண்டும் அணிந்து கொண்டு தோட்டத்திற்குப் போவதற்காக டிவிஎஸ்-50யைக் கிளப்பினான்.

2

தோட்டத்திற்குப் போகும் மாட்டுவண்டி பாதையில் டிவிஎஸ்-50யை ஓட்டிக் கொண்டு போனான். இருபக்கமும் நீண்டு கிடக்கும் வெவ்வேறு தோட்டம் காடுகளுக்கு ஏகதேசமாகக் கம்பி வேலி நட்டு இருந்தார்கள். ஒரு காலத்தில் இது அனைத்தும் முள் வேலிகளாக இருந்தன. கம்பி வேலிகள் அனைத்தும் ஒரே போல் சீராக இருந்தன. அச்சில் வார்த்து எடுத்த கணக்காக. ஒரே இடைவேளையில் ஒரே உயரத்தில். ஒவ்வொரு தோட்டத்திற்கு உள்ளும் ஒரு புதிய வீடு அந்தத் தோட்டத்திற்குச் சம்பந்தமே இல்லாமல் வெளியுலகப் பெருமை அடித்துக் கொண்டிருந்தது.

ஜீவானந்தத்தின் மனம் முன்செல்ல டிவிஎஸ்-50 தடுமாறித் தடுமாறிப் பின்சென்று கொண்டிருந்தது. அங்கே தோட்டத்தில் யாரெல்லாம் இருப்பார்கள்? முதலில் அங்கே அப்பா என்னவாக இருப்பார்? தன்னைப் பெற்றெடுத்த அப்பாவா? கண்டிப்பாக வளர்த்த அப்பாவா? தங்கைக்குத் திருமணம் செய்து வைத்த அப்பாவா? அல்லது தொழிலில் நலிவுற்று சொத்துக்களை விற்று கரை சேர்ந்த அப்பாவா? அப்பாக்களுக்குத்தான் எத்தனை வண்ணங்கள். கடைசியாக நினைவிருப்பது தன் இளமையை விழுங்கும் அப்பா.

அருகில் செல்லச்செல்ல ஆழ்துளை போற் ஓடும் சத்தம் கேட்டது. உழவு ஓட்டப்பட்ட வெறும் காட்டில் ஒரு மூலையில் மஞ்சள் நிற ரிக் வண்டி பூமியைக் குடையும் வண்டு போல நின்றிருந்தது. அதைச் சுற்றி சில மனித தலைகள். வண்டியை ஓரமாகப் போட்டுவிட்டு

அவர்களை நோக்கி நடந்து சென்றான். செல்லும்போது அங்கு நடக்கவிருக்கும் அதகளத்தை நெஞ்சில் ஓட்டிப் பார்த்தான். யார் என்ன சொன்னாலும் சரி இந்தக் கூத்தை உடனடியாக நிறுத்த வேண்டும். ஊதாரித்தனம். பண விரயத்தை நிறுத்த வேண்டும். பக்கத்தில் போகும்போது சில பெரிய தளக்கட்டுகளை அடையாளம் கவனித்தான். அப்புறம் அப்பாவின் வழக்கமான கைத்தடிகள் நான்கு பேர். அப்புறம் அங்கே வேலை செய்து கொண்டிருப்பவர்கள். ஜீவானந்தம் அருகில் வருவதை அனைவரும் கவனிக்க, அப்பா மட்டும் தீவிரமாக வண்டியைப் பார்த்துக் கொண்டு பீடி இழுத்துக் கொண்டிருந்தார். அது வேறொரு அப்பா. முற்றிலும் புதிய அப்பாவாகத் தெரிந்தார்.

“வாங்க மாப்ள காலையில தான் வந்தீங்களா?” ஒரு மாமா கேட்டார்.

சண்டைக்கு வந்தவனிடம் என்ன விசாரிப்பு? சண்டை அப்பாவிடம் தானே. பதில் சொன்னான். “ஆமாங்க மாமா..” ஆனது ஆகட்டும் இவர்கள் முன்னிலையில் வேண்டாம். நடக்கும் கூத்து முடியட்டும். அப்பாவை அப்புறம் பார்த்துக் கொள்வோம்.

மாமாவே ஆரம்பித்தார், “நேத்து நைட்ல இருந்து மூனு இடத்தில் போட்டாச்சு. ஒன்னும் வேலைக்கு ஆகல. இது நாலாவது.”

சுருக்கென்று வந்தது ஜீவாவிற்கு. “நாலாவதா? என்ன மாமா இதெல்லாம் விளையாட்டு?” நம்ப முடியாமல் கேட்டான்.

“ஜோசியர வெச்சுதான் இடமெல்லாம் குறிச்சோம். ஆனா நம்ம கெட்ட நேரம் பாரு, ஒன்னு கூட பொத்துக்கல.”

இடுப்பு மேல் கை வைத்துக்கொண்டு நிலைகொள்ளாதவன் போல் நியாயம் கேட்கும் தொனியில், “இந்த வெறுங்காட்டுக்குள்ள எங்கப் போற் போட்டாலும் வேலைக்கு ஆகாது. நீங்களாவது சொல்றது இல்லையா? இந்தக் குடும்பம் இருக்கிற சூழ்நிலையில் இதெல்லாம் தேவையா? ஒன்னு போட்டு பாத்தா போதாதா? இவர் ஊதாரித்தனதுக்கு ஒரு அளவில்லையா?”

அப்பா பல்லை வெருவிக் கொண்டு, “இந்த பார்டா.. உன் ஜோலி மயிர மட்டும் பாரு. அனாவசியமாக வார்த்தைய செலவு பண்ணாத. இங்க நான் சூரக் கடுப்புல இருக்கேன்.”

“இங்க கோபப்பட வேண்டியது நானு. யார கேட்டு இப்போ போற் போடுறீங்க?”

“நான் எந்த மயிராண்டிகிட்ட கேக்கணும்? எம்பட தோட்டம் எம்பட இஷ்டம்”

“அம்மா நகை, என் தங்கச்சி நகை, டவுன்ல இருந்த பில்டிங், தொழில் இப்படி எல்லாம் முடிச்சுக் கட்டிட்டு இப்போ இருக்கிற ஒன்னயும் க்ளோஸ் பண்ண ரெடி ஆகியாச்சா? இதுக்கெல்லாம் நான் சல்லி பைசா தர மாட்டேன்.”

சட்டென்று திரும்பியவர் தன் அகங்காரம் சீண்டியவராக, “எவன் காசும் எனக்கு வேண்டாம். என் காசு இருக்கு. ஊருக்குள்ள அவனவன் தண்ணி ஓட்டிக்கிட்டு இருக்கான். நான் மட்டும் காஞ்ச காட்ட வெச்சிருக்கோணுமா?” இப்போது மாமாவைப் பார்த்து தொடர்ந்தார், “சின்ன பசங்ககிட்ட என்னய்யா பேச்சு. அவன் இங்கிருந்து போகச் சொல்லு.”

ஜீவானந்தம், “மாமா, நான் இங்க நிக்கல. தண்ணி வந்துகிட்டு இருந்த அந்தப் பழைய போற் என்ன ஆச்சு இப்போ? அத மட்டும் கேட்டுச் சொல்லுங்க?”

மாமா, “அது தண்ணி சரியா எடுக்கலையாம்.” என்றார்.

“இவரு கை வெச்சா எதுவும் விளங்காது.”

“இப்போ என்னங்கிறடா” அடிக்க வருபவர்போல் எட்டு வைத்தார் அப்பா.

ஜீவாவிற்குச் சுள்ளென்று கோபம் வந்தது. “உங்களுக்கு மட்டும்தான் கை ஓங்க தெரியுமா?” என்ற போதே மாமா வந்து அவனை வயிற்றோடு சேர்த்துக் கட்டிக்கொண்டு “வேண்டாங்க மாப்ள. உடுங்க. என்ன இருந்தாலும் அப்பன் இல்லையா?” குறுக்கிட்டார்.

“அப்பன் மாரியா நடந்துக்குறாரு”

“நான் இருக்கிறவரைக்கும் தோட்டத்த காய விடமாட்டேன். எத்தன போற் போட்டாவது தண்ணி கொண்டு வந்துருவேன். எங்க அப்பன் முனியப்ப சாமி மேல சத்தியமா சொல்றேன். வாப்பாடு தெரியாம பேசுற நீயீ...” அப்பா நாக்கைத் துருத்தி கத்தினார்.

“ஊர்க்காரங்க எல்லாம் இருக்காங்கன்னு தைரியத்துல பேச வேண்டாம். நாளைக்கு இவங்க எல்லாம் போயிடுவாங்க. நான் மட்டும்தான் நிக்கணும்.”

“சின்னப் பையன் நீ, எனக்குப் புத்தி சொல்ல வந்துட்டியா.. அதுக்குள்ள பன்னாட்டு உன்கிட்ட வந்துடுச்சா.. நாலு காசு சம்பாதிச்ச

உடனே பெரிய மனுஷன் ஆயிட்டியா.. நீ நிக்கிறது நான் போட்ட அஸ்திவாரம்டா. எம்பட இடத்தில நின்னு நீ என்ன எதுத்துப் பேசுறேங்குறது ஞாபகம் இருக்கட்டும்."

"மாப்ள கோவப்பட வேண்டாம். நான் புத்தி சொல்லி இதோட நிறுத்தப் பாக்குறேன். நீங்க வீட்டுக்குப் போங்க" என்றார் ஒரு மாமா.

"எல்லாம் நாசமா போகும்..." மாமாவை உதறிவிட்டு விறுவிறுவென்று தோட்டத்தின் குறுக்காக நடந்தான். அவனுக்குப் பின்னால் ரிக் வண்டி சத்தம் கேட்டுக் கொண்டிருந்தது.

3

எங்கே செல்கிறான் என்று தெரியாமல் உழவு ஓட்டிய தோட்டத்தின் குறுக்காகப் போய்க்கொண்டிருந்தான். மனதில் தன்னிச்சையாக அபவார்த்தைகள் குவியல்களாகக் கொட்டியது. கை கால்கள் தன்னால் நடுங்கிக் கொண்டிருந்தது. மூச்சு இறுகியிருந்தது. வந்த வழியில் செல்ல மனம் விரும்பவில்லை. அந்த மாட்டுவண்டிப் பாதையும் கம்பி வேலிகளும் மனதிற்கு ஒவ்வாமையைத் தந்தது. எங்கே செல்கிறோம் என்று தெரியாமலேயே தோட்டத்தின் எல்லையிலுள்ள இலந்தை மரத்தடியில் வந்து நின்றான். அங்கே ஆதி அப்பனாகிய முனியப்ப சாமி திரிசூலமும் கதாயுதமும் ஏந்தி தனக்கான பலி பீடத்துடன் சன்னதி கொண்டு இருந்தார். அங்கே மரத்தடியில் ஒரு கல்லின் மீது அமர்ந்தான். அங்கு மட்டும்தான் நிழல் என்று கொஞ்சம் மிச்சம் இருந்தது.

மனம் நொந்து இருந்தது. உடல் காய்ச்சல் வருவது போல் வீசி அடித்தது. எண்ணங்கள் சிதறி அடித்ததால் கண்களை மூடி தலையைப் பிடித்தவாறு குனிந்து அமர்ந்திருந்தான். கண்களைத் திறந்தான்; கடவுளைப் பார்த்தான்; கையை நீட்டி கடவுளைத் திட்ட ஆரம்பித்தான்.

"உம் பேரச் சொல்லித்தான் உம் பிரஜை அங்க பூமிக்குள்ள ஓட்ட போட்டுகிட்டு இருக்கான். பாக்காத.. நீ நெனைக்குறமாறி தண்ணி வரல, புகைதான் வருது.. அவன் உனக்குத்தான் குழி பறிச்சுகிட்டு இருக்கான். நானே வந்து அந்த குழில உன்ன இறக்கிருறேன்... எந்தக் காலத்துல உனக்கு இந்தப் புத்தி வந்து சேந்துச்சோ? ஊதாரித்தனம் இங்கவரைக்கும் வந்து சேந்துருக்கு.."

ஏதேதோ எண்ணங்கள் அவனை அங்குமிங்குமாக அலை அடிக்க களைத்துப் போய் அங்கேயே வெகுநேரம் அமர்ந்திருந்தான். அசைவு

ஏதும் இல்லாமல் அங்கேயே இருந்தான். அருகில் உள்ள முள்வேலியில் ஏதோ ஒரு அசைவு. மனம் துணுக்குற்று அதைக் கவனிக்கலானான். கீரி. வாயில் ஏதோ கவ்வியிருந்தது. கோழிக்குஞ்சாகவோ அல்லது காடைக் குஞ்சாகவோ இருக்கலாம். மனம் தன்னை மறந்து ஆர்வம் கொண்டது. அவன் அசைவில்லாமல் ஆனான். கீரி வேலியில் இருந்து தலையை வெளியே நீட்டுவதும் பதுங்குவதுமாக இருந்தது. ஏதோ தயக்கம். அவன் மேலும் அசையாமல் இருந்தான். அதற்காக மூச்சைக்கூடச் சீர்படுத்திக் கொண்டான். ஒரு தைரிய கணத்தில் வேலியில் இருந்து வெளியே வந்து முனியப்பசாமி சன்னதியின் பக்கவாட்டில் உள்ள பொந்துக்குள் ஓடி மறைந்தது. ஜீவாவுக்கு ஏதோ ஒரு திருப்தி.

அங்கே இலந்தை மரம், அடுக்கி வைத்த கல் பீடம், கீரி, வண்டு, செடி, கொடி மட்டை, சாணம், புழுக்கை, அடுப்பு, செங்கல், சூலாயுதம், விளக்கு, மண், காற்று, வானம், சாமி, ஜீவா என்று எல்லாம் ஒன்றுபோல் அமர்ந்திருந்தனர். ஒரு துணுக்கு. ஜீவா தன்னிலை மீண்டான். தனிச்சையாகச் செல்பேசியை எடுத்துத் தன் தங்கைக்குப் போட்டான்.

“தங்கச்சீங்க..”

“சொல்லுடா... ஊருக்குப் போய்ட்டயா ?”

“ஊருக்கும் வந்தாச்சு, உங்கொப்பனயும் பாத்தாச்சு..”

“அதென்ன உங்கொப்பன் ? நீ மட்டும் என்ன வானத்துல இருந்தா குதிச்ச ?”

“அவருக்கும் எனக்கும் என்ன சம்பந்தம்? உங்க டாடி இங்க என்னென்ன வேலை செய்றாரு தெரியுமா ?”

“காலையிலேயே உன் புராணத்த ஆரம்பிக்காத. எனக்கு எல்லாம் தெரியும். என்கிட்ட நேத்தே சொல்லிட்டாரு.”

“அப்ப, நீயும் இதுக்கெல்லாம் உடந்த. அப்படித்தான ?”

“அண்ணா, உடுண்ணா.. பாவம்.. அவர் திருப்திக்கு அவர் ஏதோ செஞ்சிட்டுப் போறாரு.”

“ஏய், உனக்குப் புரியுதா இல்லையா? எல்லாக் காசையும் தோட்டத்திலேயே போட்டா.. அப்புறம் உங்க வீட்டு புண்ணியர்ச்சனைக்கு என்ன வைப்பாராம்? என்கிட்ட பணம் கேட்டாரு. நான் சல்லி பைசா தரமாட்டேன்னு சொல்லிட்டேன். நான்

உனக்குச் சேத்தி வைக்கிறதையும் இவர் க்ளோஸ் பண்ணலாம்ன்னு பாக்குறாரு..”

“அண்ணா... எனக்கெல்லாம் ஒன்னும் வேண்டாம். நீங்க சண்டை போடாம இருந்தா போதும்...”

“நல்லா இருக்கே கதை..”

“அண்ணா.. நீதான் கொஞ்சம் அனுசரிச்சு போகணும்..”

“நான் ஏன் அனுசரிக்கணும்? நானா ஊதாரித்தனம் பண்றேன்?”

“ப்ச்...”

“நீ உச்சுக் கொட்டாத.. நான் உள்ளதத்தான் சொல்றேன். உங்க டாடிய இப்போ எந்தச் சக்தியாலயும் தடுக்க முடியாது. காலையில இருந்து இப்போ எட்டு போற் ஆச்சு. ஒன்னுலயும் தண்ணி இல்ல. இப்போவரைக்கும் செலவு பத்து லட்சம் வந்துருக்கும்.”

“என்ன அண்ணா சொல்ற? எட்டு போரா? என்கிட்ட ஒன்னு போடறேன்னு நேத்துதான் சொன்னாரு..”

“நான் என்ன விளையாட்டுக்கா சொல்றேன். அப்புறம் நாளைக்குக் கேட்டா உன்கிட்ட கேட்டுட்டு தான் செஞ்சேன்னு சொல்வாரு. அவரு தப்பிச்சுக்கலாம் பாரு..”

“நான் என்ன அண்ணா சொல்றது..”

“எல்லாம் நீயும் அம்மாவும் குடுக்குற செல்லம்தான்.. உங்க சப்போட்டு இருக்குன்னு நெனப்பு.”

“அண்ணா, நேத்து என்கிட்ட பேசுனப்ப பாவமா பேசுனாரு. தோட்டம் காஞ்சு கிடக்கு. ஊருக்குள்ள பாக்குறதுக்கு நல்ல இல்ல. தோட்டத்த சும்மா போட்டு வெச்சிருகிறதால உனக்குச் சரியான ஜாதகம் கூட வர்றதில்ல.. அப்படின்னு சொன்னாரு...”

“எல்லாம் பொய். உங்க அப்பா பொய் சொல்லுவாருன்னு நான் சொன்னா யாரு நம்புறீங்க.. மகனுக்குத் தெரியாதா அப்பன பத்தி..”

“சரி... ஆனது ஆச்சுண்ணா.. விடு.. எனக்குத் தெரிஞ்சு பத்து லச்சமெல்லம் வராது. நான் அப்பாகிட்ட பேசறேன். இதுதான் கடைசி. நீ டென்ஷன் ஆகி உனக்கு ஏதாவது வந்துடப் போகுது..”

“ஆமா.. நீ சொல்லி அஞ்சாறு ஆகப்போகுது... இப்பவெல்லாம் ஃபோன் போட்டுறாத. ஆளே வேற மாறி இருக்காரு. ஒன்னும் மறிக்க முடியாது... உன்னையும் ஏதாவது சொல்லப் போறாரு.”

“அதெல்லாம் உன்கிட்டதான். என்கிட்ட அப்படி எல்லாம் பேச மாட்டாரு.”

“நீயும் நானும் கஷ்டபடுறதுக்கு அவர்தான் காரணம். தெரிஞ்சுக்கோ. அம்மாமாதிரி நீயும் அவர் சொல்றதெல்லாம் நம்ப வேண்டாம்.”

“ஓகே... ஓகே...” அழுத்தமாக ராகம் போட்டாள்.

“இப்படியே பண்ணிட்டு இருந்தார்ன்னா! எல்லாத்தையும் முடிச்சுக் கட்டிட்டு, கூடைய போட்டு கவுத்துனமாதிரி சுப்பக்கான்னு உக்காந்துக்க வேண்டியதுதான்.”

“சரி... சரி... நான் பேசிக்குறேன்.... அத விடு.. ஜாதகம் எல்லாம் நெறய வருது. வெயில்ல திரிஞ்சு கருவாப்பயல் போல இருக்காத. நெறய தண்ணி குடி. ஃபேஷியல் கீஷியல் பண்ணிக்கோ.” அவள் பேச்சைத் திருப்பினாள்.

அதை உணர்ந்து ஜீவாவும் திரும்பிக் கொண்டான். “உங்க டாடி மட்டும் என்ன தக்காளி பழ கலரா?”

“எங்க டாடிக்கு என்னடா கொறச்சல். ஆப்பிரிக்கா போன அவருதாண்டா கலரு..” சொல்லும்போதே சிரித்தாள்.

ஜீவா பொய்யாக ஆரம்பித்து மெய்யாகக்கூட சேர்ந்து சிரித்தான். அங்கே ஆரம்பித்து எங்கெங்கோ சென்று ஏதேதோ பேசி ஃபோனை துண்டிக்கும்போது ஜீவா ஏதோ சுமூகமான மனநிலையில் இருந்தான். தன் பக்கம் ஒருவர் சேர்ந்ததுபோல.

4

தான் எங்குச் செல்கிறேன் என்று தெரியாமல் மற்றவர் தோட்டத்து வரப்பு வழியாகவும் இட்டேரி வழியாகவும் சென்று கிராமத்து தார் சாலையை அடைந்தான். அவன் வருவதற்கும் பத்து மணி பஸ் வருவதற்கும் சரியாக இருந்தது. கையைக் காண்பித்து ஏறிக்கொண்டான். ஏறி அமர்ந்ததும் வயிற்றுப்பசியை உணர்ந்தான். டவுன் கலப்புக் கடையை நினைவுபடுத்தியது. பசியே முன்வந்து டவுனுக்கு டிக்கெட் போட்டது.

ஜன்னலோரம் அமர்ந்து இருந்தான். பஸ் அவன் வீட்டைத் தாண்டிச் சென்றது. கடந்து செல்லும் அவன் வீட்டை அந்நியமாகப் பார்த்துக் கொண்டு இருந்தான். கிராமத்து பஸ் ஸ்டாப்பைக் கடந்தது; குளத்தாங்கரையைக் கடந்தது; ஊர் எல்லையில் உள்ள கரடைக் கடந்தது; ஊரைக் கடந்து தூரமாகச் சென்று கொண்டிருந்தது. இன்னவென்று தெரியாத விடுதலை. பக்கத்துக் கிராமத்தையும் கடந்து செல்லும்போது மனம் சிறிது இறுக்கமற்று இருந்தது. பஸ் உடன் சேர்ந்து மனமும் எங்கெங்கோ சென்றது. பஸ்சும் மனமும் டவுன் கலப்புக் கடைக்கு முன்னால் நின்றது. ஜீவா இறங்கிக் கொண்டான்.

நேராகக் கலப்புக் கடைக்குள் சென்று அமர்ந்து கொண்டான். காலையில் மிச்சமாகிய பொங்கலும் சாம்பாரும்தான் இருந்தது. தேவ அமுதமாகிய பருப்பு சாதத்தை இங்கு எதிர்பார்க்க முடியாது. அதன் நீர்த்துப்போன வடிவாகிய பொங்கல்தான் கிடைக்கும். பருப்பு சாதம் லட்சியம், பொங்கல் எதார்த்தம். பொங்கல் மந்தகதியானது. பருப்பு சாதம் உயிர் துடிப்பானது. பொங்கல் அப்பனுக்குரியது. வேண்டா வெறுப்பாக எதார்த்தத்தை உண்டான்.

மீண்டும் வீட்டுக்குச் செல்ல விருப்பமில்லை. அப்பாவின் கூத்து முடிந்திருக்க இன்னும் வாய்ப்பில்லை. சினிமா கொட்டகைக்குச் சென்றான். ஏதோ குடும்ப படம். திரையில் படம் ஒரு திசையில் ஓட இவன் மனம் வேறு திசையில் ஓடிக் கொண்டிருந்தது. வரவிருக்கும் செலவினங்கள் கையிருப்பு வருமானம் அனைத்தையும் கூட்டிக் கழித்துப் பார்த்துக் கொண்டிருந்தான். முன்னும் பின்னுமாகச் சமாளித்துவிடலாம் என்று நம்பிக்கை வந்தது. ஆனால் இந்தக் கணிதச் சமன்பாட்டில் மாறிலியாக இவனும் மாறியாக அப்பாவும் இருப்பது ஒரு இடைஞ்சல்தான். கடைசியில் குந்தகம் இல்லாமல் இருந்தால் சரி.

திரையில் மனம் ஒட்டவே இல்லை. ஏதோ உதிரிச் சொற்களாகவும் காட்சிகளாகவும் வந்து விழுந்து கொண்டிருந்தது. திரையில் ஒரு மகன் தன் அப்பாவைப் பார்த்து சொன்னான். “பன்னி குட்டி போட்ட மாதிரி பெத்துக்குறீங்க, பெத்த பிள்ளைக்கு நியாயம் செய்ய முடியலைன்னா ஏன்டா பெத்துகுறீங்க...?”

அங்கிருந்து படம் பார்க்க ஆரம்பித்தான். அந்த மகன் வரும் அத்தனை காட்சிகளையும் உள்வாங்கினான். உள்வாங்கியவனோடு தன்னையும் சேர்த்து சமைத்தான். சமைத்ததை வேறுவேறு காட்சிகளோடு விரித்தெடுத்தான். விரித்தெடுத்ததை நிகழ்த்தி நிகழ்த்தி வாழ்ந்து பார்த்தான்.

"நீங்கள் திடுதிப்பென்று அதி நவீன ஐரோப்பிய தந்தையாக மாறிவிடுகிறீர்கள். பொறுப்புத் துறப்பு, கடமை மீறல், நாள் என ஒன்று போல் வாழ்வு. இருந்துவிட்டுப் போகட்டும் ஒன்றும் தவறில்லை. ஆனால் எங்களை ஏன் இந்திய மகன்களாய் வளர்க்கிறீர்கள்? எங்களிடம் ஏன் நேற்றை விதைத்து நாளையை எதிர்பார்க்கிறீர்கள்? நாங்கள் பிறந்த உடனேயே இது அம்மா, இது அண்ணா, தம்பி, அக்காள், தங்கை, பரம்பரை, பண்பாடு, புண்ணாக்கு, தவிடு என்று அடையாளம் காட்டி விடுகிறீர்கள். உயிர் வாங்குகிறீர்கள். பொறுப்புத் துறப்பு எங்களுக்கு மட்டும் வேண்டாமா? சரி.. கூட்டு வாழ்க்கைக்கு நாங்கள் ஒப்புகிறோம். அதீத பாரத்தையும் நாங்கள் தாங்கிக் கொள்கிறோம். நாங்கள் கேட்பதெல்லாம் சிறிது கரிசனம் மட்டும்தான்." மனதிற்குள் தன் பக்க நியாயத்தை நீட்டி நீட்டி முழக்கிக் கொண்டிருந்தான். ஆகாய மார்க்கிகள் மட்டுமே அதைக் கேட்டுக் கொண்டிருந்தன.

கழிவிரக்கமும் மனநிறைவும் ஒன்றுபோல் நடந்தது. உகுத்த கண்களைத் துடைத்துக் கொண்டு வெளியே வரும்போது ஒரு சமாதானம், இருத்தலிய தரிசனம். இருட்டுவதற்குள் வீடு சேர்ந்துவிட வேண்டும். மிச்ச நாடகம் என்னவென்று பார்த்துவிட்டு அடுத்த ஜோலியைப் பார்க்க கிளம்பிவிட வேண்டியதுதான்.

5

சாயங்காலம் 5 மணி பஸ்ஸில் ஊர் திரும்பினான். எதிரே சென்ற ரிக் வண்டி தோட்டத்தில் நடந்து கொண்டிருந்த கூத்து முடிந்துவிட்டதை உணர்த்தியது. வீடு நுழையும்போது அப்பாவின் வண்டியோ செருப்போ அங்கு இல்லை என்பது சிறிது ஆசுவாசமாக இருந்தது. பரிதாபமாக அம்மா பார்த்துக் கொண்டு நின்றாள், சில கேள்விகள் கேட்டாள், அதற்கு ஏதோ பதில் சொன்னான். உள்ளே சென்று படுத்துக் கொண்டான்.

மூளை களைப்பு. சிறிது நேரம் தூங்கிப் போனான். பருப்பு சாத வாசனை இவனை எழுப்பியது. விடிந்துவிட்டதா? பருப்பு சாதம் விடியலின் அறைகூவலா? இல்லை இன்னும் இரவுதான். காலையில் பொங்கலின் ஆதிக்கம். இரவில் பருப்பு சாதத்தில் புரட்சி புரட்சி எல்லாம் இல்லை, வெறும் சரிகட்டல் மட்டும்தான்.

முகம் கழுவி வெளியே வந்தான். பவ்ய பாவனையில் அப்பா போல் ஏதோ ஒன்று தலைகவிழ்ந்து திண்ணையில் அமர்ந்து இருந்தது. இது எந்த அப்பா? நினைவிலிருக்கும் அப்பாவா அல்லது காலையில்

பார்த்த சன்னதம் கொண்ட அப்பாவா? இந்த அப்பாவைத் தெரியும். இது பிழை செய்து தோற்றுப் போய், சொத்துக்களை விற்று, ஆளுமை சுருங்கி, உள் ஒடுங்கிய அப்பா.

முடித்துக்கொண்டாரா அல்லது அம்பேல் சொல்லியிருக்கிறாரா? காலையில் அத்தனை வாய்ப்பாடு படித்தவர் இப்படி அடங்கி ஒடுங்கி அமர்ந்திருப்பது அவனுக்குக் குரூரமான திருப்தி அளித்தது.

இவன் நிற்பதைப் பார்த்துவிட்டு அம்மா, "ஏண்டா அங்கேயே நிக்கிற, மேலுக்குத் தண்ணி வாத்துகிரியா? வெடுக்குணு இருக்கும்.. வெந்தண்ணி வைக்கட்டா?"

"வேண்டாம்.."

"கை கழுவீட்டு வா. நீ கேட்ட பருப்பு சாதமும் புளிக் காச்சலும் செஞ்சிருக்கேன்."

"ம்ம்..." என்றுவிட்டு திண்ணையின் மறு ஓரத்தில் தூரமாக அமர்ந்து கொண்டான்.

அம்மா ஒரு வட்டலில் ஆவி பறக்கும் பருப்பு சாதத்தைப் பரப்பி அதன் ஓரத்தில் புளிக்காச்சல் வைத்து அவன்முன் வைத்தாள். மேலெழும்பும் ஆவியின் வெம்மை ஜீவாவின் முகத்தை தழுவி வான் சென்றது. வெகுநாட்களாக எதிர்பார்த்த பருப்பு சாதம் முன்னிருந்தும் அவன் மனம் பூரிப்பு கொள்ளவில்லை. ஏனோ காலையில் சாப்பிட்ட பொங்கலே நினைவில் நிழலாடியது. சாதம் ஆறட்டும் என்று காத்திருந்தான்.

அப்பா ஆரம்பித்தார், "இந்தா டீ.. அந்த மாம்பலத்தயும் அரிஞ்சு வெய்யி.. சாப்பிடுவான்ல.. அப்புறம் எல்லாம் வீணாப் போய்டும்."

ஜீவா ஒன்றும் சொல்லவில்லை. அசௌகரியமான சில கணங்கள் கடந்து சென்றது. அப்பா "ம்..." என்ற சின்ன அனத்தத்தினால் அதைக் கலைத்தார். அவர் மீண்டும் "ம்..." என்றார். அப்பா மைய விசயத்திற்கு வருகிறார் என்பது புரிந்தது.

சாதம் போதுமான சூட்டிற்கு ஆறியிருந்தது. ஒரு கை கவளம் அள்ளினான்.

"எல்லாஞ்சேத்து அஞ்சு வரும் போல.. பாப்பா ஒன்னு தாரேன்னு சொல்லுச்சு. நான் மீதிய போட்டுகிடுறேன்..."

ஜீவா சாதத்தைக் கையில் வைத்தவாறே மனதிற்குள் கணக்குப் போட்டான். கொஞ்சம் ஆசுவாசமாக இருந்தது. நினைத்ததுபோல் மட்டையடியாக இல்லாமல் சமாளிக்கும் அடியாகத்தான் இருந்தது. அவன் பதில் ஏதும் சொல்லவில்லை.

அப்பா மேலும் தொடர்ந்தார். "போட்ட நாலு போற்லயும் ஒன்னும் காணம். அப்புறம் அந்த பழைய போற்லயே இன்னுமொரு இருநூறு அடி இறக்கி இருக்கோம். இப்ப தண்ணி ஒரு மாட்டமா வருது. முக்கால் இன்ச் தண்ணி வருது."

ஜீவாவிற்குச் சிரிப்புதான் வந்தது. "அதாவது முக்கால் இன்ச் தண்ணி வந்துகிட்டு இருந்த போற்ல இப்போ முக்கால் இன்ச் வருது. அதுக்கு அஞ்சு லெட்ச்சம்..."

"இந்தப் பாருப்பா விவசாயம்ங்கறது நீ நினைக்கிறமாதிரி இல்லை. அது முன்னப்பின்னதான் இருக்கும். நீ சொல்றதுக்காக அத அப்படியேவும் போடவும் முடியாது."

ஜீவா அம்மாவைப் பார்த்து தொடர்ந்தான், "பாப்பா கிட்ட எல்லாம் கை நீட்டக்கூடாதுன்னு சொல்லிடு.. நானே அழுது தொலைக்கிறேன்."

"நீ ஒன்னும் சலிச்சுக்க வேண்டாம்ப்பா. என் கஷ்டத்தை நானே பாத்துக்கிறேன்." என்றார் அப்பா.

ஜீவா எடுத்த சாதத்தை வட்டிலில் போட்டுவிட்டு அவரைப் பார்த்து திரும்பி, "இந்த வீர வசனத்துக்கு ஒன்னும் குறைச்சல் இல்லை. என் பொறந்தவகிட்ட பைசா வாங்கக் கூடாது.. சொல்லிட்டேன்."

அப்பா ஒன்றும் சொல்லவில்லை. அவருடைய ஒரு பாடு முடிந்தது. ஜீவா மீண்டும் சாதத்தை எடுத்தான். அப்பா "ம்..." என்றார். ஜீவா "இப்போது என்ன ?" என்பதுபோல் தலை நிமிர்ந்தான்.

"போற்ல இப்போ நல்லா தண்ணி வருது."

"சரி..."

"ஊர் கண்ணே நம்மமேலதான் இருக்கு. எல்லாம் பல்லெரிச்சல் புடிச்ச ஆளுங்க."

"எதுக்கு... இந்த முக்கால் இன்ச் தண்ணிக்கா ?"

“நம்ம முனியப்பன் சாமிக்கு ரெண்டு கெடா வெட்டுறதா வேண்டிகிட்டேன். அத உடனே செஞ்சு ஆகணும்.” ஜீவா நெளிந்தான். அப்பா தொடர்ந்தார், “நான் சொல்லி முடிச்சுடறேன். எல்லாத்தையும் அழச்சு ஒரே செலவோட செலவா செஞ்சுடலாம். என்ன நான் சொல்றது.”

இம்முறை சாதத்தை வட்டலில் எறிந்தான். அம்மாவைப் பார்த்துச் சொன்னான், “அதாவதுமா... நாய் வயித்துல பொறந்தாலும் நட்சத்திரத்தோடப் பொறக்கணும். என் பொழப்பு நாய்க்கும் வரக்கூடாது.” என்று சொல்லிவிட்டு எழுந்தவனை அம்மா பதட்டமாகப் பார்த்தாள்.

அப்பா சுருக்கென்று ஆக்ரோஷமாக எழுந்தார். கைகளைத் தூக்கி தன் போக்கில் கத்தினார். “இவன் என்ன நெனச்சுகிட்டு இருக்கான். நான் அப்பனா அவன் அப்பனா? நான் உயிரோட இருக்கறதுதான் பிரச்சனையா. இப்பவே சுருக்கு மாட்டிக்கிறேன்.” என்று சொல்லிவிட்டு விட்டத்திலிருந்த கயிற்றை எடுத்துக்கொண்டு வெளியே சென்றார். அம்மா அழுதவாறே பின்னால் ஓடினாள்.

ஜீவா அரங்கேறும் நாடகத்தைப் பார்த்தான். வீட்டிற்குள் சென்றான். உடை மாற்றினான். டிவி பெட்டிமீது இருந்த புகைப்படத்தை மட்டும் கையில் எடுத்துக்கொண்டு வெளியே வந்தான். கடைசி பஸ் பிடிக்க நிறுத்தம் நோக்கி நடந்தான்.

கைபேசி அழைத்தது. தங்கை. “அண்ணா... என்ன ஆச்சுண்ணா?”

“என்ன ஆச்சு... உங்க அப்பாதான் ஆச்சு..”

“என்னண்ணா.. புடி குடிக்காம பேசுற. அம்மா என்னென்னமோ சொல்லுது. ஏதாவது ஒன்னு கெடக்க ஒன்னு பண்ணிக்க போறாரு. அவரு எங்கண்ணா?”

“எவரு...”

எவரா? உன் அப்பன்தான்... உன்னோட அப்பன் எங்க இருக்கான்..” கோபமாகக் கத்தினாள்.

“என்னோட அப்பன் ஆயிரத்து தொள்ளாயிரத்து தொண்ணூற்று ரெண்டுல இருக்கான்.” என்று சொல்லும்போது விம்மிக்கொண்டு வந்தது.

பூத சரணம்

1

தாத்தா சொன்னார், "மேலே வராதேன்னு சத்தம் கேட்டுது பாரு, நான் செதறி அடிச்சு கீழ ஓடியாந்தனாக்கும். கீழ வர்றதுக்கு முழுசா ரெண்டு நாளாகும். தவறி கால வெச்சோம், பாறையில பெயிண்ட் அடிச்சிடுவோம். சந்தேகமிருந்தா காயம்பட்ட தளும்பப் பாரு."

"ஆள்தின்னி பூதம் மலை உச்சிக்குப் போறவங்கள விடாதுன்னு சொன்னாங்க" சிறுமி கேட்டாள்.

"நான் இளவட்டம்ல அப்போ. குரல் கேட்டதும் ஓடியாந்துட்டேன். உசுரோட வந்தது நான் மட்டும்தானாக்கும்."

"அப்போ நீங்க அந்தப் பூதத்த பாக்கலயா?"

"கீழ ஓடியாறப்ப திரும்பி ஒருவாட்டிப் பாத்தேன். அது நாலு யானை சைஸ்ல எட்டு தென்னை மரம் நெட்டுக்கு இருந்துச்சு. பதினாறு கண்ணு, மூக்கே இல்ல, ஆனா பெரிய வாய்."

"அம்மாடியோ"

"புல்ஷிட்"

"யாரும்லே அது. அவ்ளோ தெகிரியம்னா சஞ்சீவி மலைய ஏறித்தான் பாக்கறது." கூட்டத்தில் இருந்து பதில் ஏதும் வரவில்லை. "ஆள்தின்னின்னா என்ன சும்மாவாலே. அது எமனுக்குப் பிள்ளையாக்கும். பூதகணத்திலயே பெரிய கணமாக்கும். அதைய அதுவே சாப்பிடும் பூதகணம்லே."

"அதைய அதுவே சாப்பிடும்ன்னா அப்புறம் எப்படி ஆள்தின்னின்னு பேரு?" யாரோ ஒருவர் கேட்டார்.

"கேள்வி பெலமாத்தான் இருக்கி. ஆனா சிந்திக்கோணும்லே. அது அனுமாரு தூக்கியாந்த மலை. எல்லா பூதமும் ஓடிப்போக இது ஒன்னு மட்டும் மாட்டிகிடுச்சு. அனுமாரு யாரு. அத இறக்கிவிட நேரம் இருந்துச்சாலே. இல்லேல்ல. தங்கூட்டத்தவிட்டு வந்த பூதம் சாப்பாட்டு பழக்கம் மாறிலா போச்சுது. தன்னையே தின்ன பூதம் ஆள திங்க ஆரம்பிச்சுது. எல்லாம் டேஸ்ட்டு வந்து போட்டுச்சு. அந்த சிவனோட பூதகணத்த கொல்ல முடியுமா. முடியாதுலே. ஆனா தடுக்க முடியும். மலையோட ஒன்னாம் அடுக்குல எல்லை அம்மன காவலுக்கு நேந்துவிட்டுப்புட்டாரு ராமரு. அந்த எல்லைய தாண்டி அது கீழ வராதுலே. மனுசங்க கீழ ஜீவிதம் பண்ணலாமல்ல இப்போ." குழந்தைகள் ஆச்சரியத்தில் மூழ்கி இருந்தனர்.

"மலை உச்சில சாமிதான இருக்கும், எப்படி பூதம்?" சிறுமி கேட்டாள்.

"உச்சிக்குப் போனதுக்கு பொறவு சாமி என்ன பூதம் என்ன. நம்ம உச்சிலயும் பூதமும் இருக்கி சாமியும் இருக்கி," தாத்தா சொல்லிக்கொண்டு இருக்கும்போதே சிலர் நமட்டுச் சிரிப்புடன் எழுந்து சென்றனர்.

"எங்கலே போறீக?" தாத்தா கேட்டார்.

கூட்டத்தில் ஒருவன், "ஹ்ம்ம்.... சாவறதுக்கு..." என்றான். அவர்கள் கூட்டமாகச் சிரித்தனர்.

"அதுக்கு ஏலே எக்காளச் சிரிப்பு... ஆள்தின்னிட்ட போங்கலே. சுளுவா உயிர் எடுத்துரும். நீ இருந்ததே தெரியாதும்லே.. அகத்தியன் உசுரு உட்டான் பாரு, அந்த மாறி.." கூட்டம் சட்டை செய்யாமல் அப்பால் சென்றது. தாத்தா குழந்தைகளைப் பார்த்து தொடர்ந்தார். "மொதல்ல உன் பேர உறிஞ்சும் அப்புறம் உன் மனச உறிஞ்சும் அப்புறம் ஒடம்பு உஷ்ணத்த. ஒடம்பு நீரு அப்படியே வழிஞ்சு ஓடிடும். அப்புறம் நரம்பு, சதை கடைசியா எலும்பு."

"அப்புறம்?"

"மயிரு மட்டும்தான் மிஞ்சும்"

"அய்யே தாத்தா மயிரு சொல்றாரு". "எல்லாம் டூப்பு டூப்பு." வாய் பிளந்திருந்த மற்ற குழந்தைகளும் சேர்ந்து பரிகாசம் செய்துவிட்டு எழுந்து ஓடினார்கள். "ஏலே நில்லுங்கலே.." தாத்தா குட்டு வெளிப்பட்ட சிரிப்போடு கை அசைத்துக் கத்தினார். அவர்கள் ஓடி விட்டார்கள்.

ஒருவன் மட்டும் வயிற்றைப் பிடித்தவாறு அவரை வெறிக்கப் பார்த்துக் கொண்டிருந்தான்.

2

வானைக் கிழித்துக்கொண்டு சஞ்சீவி மலை செங்குத்தாக நின்றிருந்தது. பல மைல் தூரம் வரை அதன் ஏழு அடுக்குகளும் தெரியும்படி இருந்தது. அதன் அடிவாரத்தில் உள்ள கோதண்டராமர் கோயிலும் வீர ஆஞ்சநேயர் கோயிலும் சுற்றுவட்ட மலை கிராமங்களில் பிரசித்தம். அதன் ஐம்பத்தியாறு கிலோமீட்டர் நீளமுள்ள அரைவட்ட முற்பாதி மட்டும்தான் ஊரை நோக்கி இருக்கும். அதன் பிற்பாதி காடு கொண்டுள்ளது. அந்த ஐம்பத்தியாறு கிலோமீட்டர் முழுவதும் வெவ்வேறு மலைக்கிராமங்கள். கோதண்டராமர் கோயிலின் பின்புறம் உள்ள அகழியில் ஏறி இறங்கினால் மலை ஆரம்பிக்கும் அடிவாரம் வரும். அகழியில் மழை தண்ணீர் நிரம்பியிருந்தால் படகு இல்லை என்றால் படிக்கட்டு பாதை. படிக்கட்டு பாதை மலையின் முதல் அடுக்குவரை செல்லும். முதல் அடுக்கின் முடிவில் புராதானமான எல்லை அம்மன் கோயில் இருக்கும். அந்த எல்லைக்கு மேல் மனித சஞ்சாரம் நிகழ்ந்ததில்லை என்பது ஊருக்குள் பேச்சு. அதனால் அந்த எல்லையில் அபாயப் பலகை வைத்திருந்தார்கள்.

"மேலே செல்லாதே! சென்றவர்கள் திரும்பியதில்லை."

3

"நான் யார்" என்பது போன்ற தத்துவச் சிக்கல்கள் ஒரு வயிற்றுவலிக்காரனுக்கு வருவதில்லை. அப்படியே வந்தாலும் வெறும் வயிற்றுவலி என்றுதான் சொல்லுவான். எனக்கு எப்போதாவது வலி இல்லாமல் இருக்கும். அப்படி ஒருநாளில்தான் இந்தக் கேள்வி என்னை வந்தடைந்தது. உண்மையில் நான் யார்? ஊரார் சொல்வதுபோல் நான் அரைப் பயித்தியமா? ஊரார் அப்படிச்

சொல்வதற்கு ஒரு நியாயம் இருக்கிறது. ஏனெனில் என் அண்ணன் ஒரு முழுப்பைத்தியம். என் கிராமத்து தார் சாலையில் கையில் ஒரு போசியுடன் அங்கும் இங்குமாக நடந்துகொண்டே இருப்பான். போசியில் எது விழுந்தாலும் சாப்பிடுவான். விழாவிட்டால் இல்லை. எனக்கு என் பெற்றோர் விட்டுச்சென்ற ஒரே துணை.

மாதம் ஒருமுறை அவனுக்குச் சர்வாங்க சவரம் செய்து விடுவேன். கூட நானும் செய்து கொள்வேன். ஏதோ அரை நிஜார் போட்டு வந்த வெளிநாட்டினர் முன்னிலையில் செய்து கொண்டோமாம். அதற்குத் தர்மத்திற்கு அடித்தார்கள் அரை நிஜார் போட்ட நம்மூரார். அன்றிரவு அண்ணன் இறந்துபோனான். அப்போது எனக்கு நாற்பத்தி ஐந்து வயது. அப்போதிருந்தே எனக்கு வயிற்றுவலி. இந்த வேதனையை யாரிடம் சொல்ல. என்னிடம் பேசுவாரில்லை. வலி இல்லாதபோது நான் பேசிக்கொள்வேன். சொல்லிக் கொள்வேன். கொஞ்சம் இருங்கள் என்னை யாரோ வெறித்துப் பார்த்துக் கொண்டிருக்கிறார்கள்.

"டேய்... என்னடா? வயிறு வலிக்குது வாடா.." போய்விட்டான். பார்த்தீர்களா இப்படித்தான். அவர்களும் பேசமாட்டார்கள். ஆனால் வலி நல்லதும் செய்யும்.

இங்கு நான் தனிமையில் இருக்கிறேன். அபாரமான தனிமை. தனிமையே தன் அளவில் எடை மிகுந்தது. அது ஒரு பூதம். அந்தப் பூதத்தை தாங்கிக் கொள்ளவே முடியாது. அது அட்டணங்கால் போட்டு அமர்ந்திருக்கும். அதற்கு மருந்தாக மனம் வயிற்று வலியை எதிர்நோக்கி இருக்கும். வயிற்று வலி இல்லாதபோது அதற்குப் பதிலியாக ஒரு சாட்டையை எடுத்து என்னை நானே சீடராடிக் கொள்வேன். அது நல்ல துணை. ஆனால் வலி மீண்டும் சஞ் சரிக்கும்போது மூளையின் அனைத்துக் காந்த அலைகளும் வயிற்றை நோக்கியே இழுக்கும். பூதம் சிறிது ஆட்டம் காணும். ஒற்றைப் புள்ளியாக வலி தோன்றும் போது இருக்கிறதோ இல்லையோ என்ற அவஸ்தை. சும்மா எட்டிப்பார்த்து விட்டுப் போய்விட்டால்? வந்ததை எதைக்கொண்டு பிடித்து வைத்திருப்பது. ஆனால் உருண்டு திரண்டு உருக்கொண்டு மின்மினி போல பிரகாசத்தைச் சேர்த்துச் சேர்த்து திடப்பொருள் போல இதோ இருக்கிறேன் என்று வந்து நிற்கும்போது கிடைக்கும் ஆசுவாசம் கோடி புண்ணியம். பூதம் ஓடிப்போகும்.

தாய் தனிமையில் இருப்பதில்லை. வயிற்று வலி எனும் இக்கருவைக் கண்ணுக்குக் கண்ணாகப் பார்த்துக் கொள்வேன்.

கருவிற்குக் கைகால் முளைக்கும். என்னை ஆங்காங்கே வருடிக் கொடுக்கும். என்னை நிரப்பும்; ஆனந்தத்தில் திளைக்க வைக்கும். பேசிக்கொள்ள, என் குறைகளை முறையிட ஒரு ஜீவனென அது உருவாகி நிற்கும். தனிமையைவிட்டு வெகுதூரம் வந்திருப்பேன். குழந்தைகள் கபடமற்றவை. அவை தீங்கிழைக்காது. ஆனால் அப்படியேவும் இருக்காது. அது வளரும். வளர்ந்து பெரிய ஆள் ஆகும். கேட்க ஆள் இல்லை ஆதலால் அது என்னை மிரட்டும். அது சிறிதாக இருக்கும்போது செய்த சேட்டைகள் எல்லாம் தொந்தரவாக இருக்கும். தொந்தரவு வளர்ந்து கொடூரமாக மாறும். அப்படி உருப்பெற்ற கொடூரம் என்னைத் தின்று இல்லாமலாக்கும். என் இருப்பு அடியோடு காணாமல்போய் அது மட்டுமே நின்று ஆடும். மிச்சசொச்சமாக இருக்கும் என் மனம் தனிமையை எதிர்நோக்கி இருக்கும். இது வேறொரு பூதம். இந்தப் பூதத்தையும் தாங்கிக் கொள்ளவே முடியாது.

இதுதான் என் பெண்டுலம். தனிமைக்கும் வலிக்குமாக ஆடிக் கொண்டிருக்கிறேன். இதன் இனிய பகுதி என்பது நடுவே இருப்பது. பெண்டுலம் மாறும்போது கிட்டும் க்ஷண நேர மத்திமம். மத்திய கதியைப் பிடித்து நிரந்தரம் செய்வதுதான் சவாலே. சவாலுக்கான ஒரே பதில் பெண்டுலத்தை நிறுத்துவதுதான். இரு பூதத்திற்குமான செயல் கலத்தை இல்லாமல் ஆக்குவது. பூதங்களைப் பூதத்திற்கே பலியிடுவது. ஆள்தின்னியிடம் சரண் புகுவது. சுக மரணம் எய்துவது. உடல் விடுவது. உயிர் பிரிப்பது. இனி கீழ் லோகம் எமக்கு ஆகாது. அதுவும் எம் அண்ணனை அடித்துக் கொன்றவர்கள். பாதாள லோக வாசிகள். நான் மேல் லோகத்திற்கு உரியவன். மோட்ச வீடு எனக்காக திறந்திருக்கும்.

ஆள்தின்னி எம்மை இட்டுச் செல்வான். அந்திமம் என்று வந்தவுடன்தான் நான் யார் என்ற கேள்வி முக்கியமாகி விடுகிறது. இப்போது சொல்லுங்கள் நான் யார். பைத்தியம் எனில் நான் பைத்தியமே. நான் ரோகி எனில் நான் ரோகியே. நான் யோகி எனில் நான் யோகியே. ரோகிக்கும் யோகிக்கும் நடுவில் இருப்பவன் போகி. நான் போகி இல்லை. போகியர் அனைவரும் கீழ் லோகத்திற்கு உரியவர்கள். ரோகிக்கும் யோகிக்கும் மட்டுமே கிட்டும் ஒன்று உண்டு. அதுதான் மேல் லோகம். நான் மேல் லோகத்திற்கு உரியவன்.

4

கோதண்டராமரும் வீர ஆஞ்சநேயரும் சஞ்சீவி மலைக்குப் புறமுதுகிட்டு நின்றிருந்தனர். ஆறுமுகத்திற்கு சில நாட்களாகவே

பெண்டுலம் அதி உக்கிரமாக ஆடிக்கொண்டிருந்தது. வலி, தனிமை தவிர வேறு எந்த மெய்ம்மையும் அவன் உலகத்தில் இல்லை. ஒரு சுடர் விளக்காகத் தூரத்து நட்சத்திரமாக ஆள்தின்னி பூதம் மட்டும் இருந்தது. அந்திம கால அவஸ்தை அவனை ஆட்கொண்டிருந்தது. சுலபமான முடிவு என்றாலும் சுக மரணம் என்றாலும் அது அறுதி முடிவுதானே. முற்றான மரணம் தானே. இதுவரை தெரிந்ததெல்லாம் துடைத்தெடுக்கப்படும் அல்லவா. கருக்கிருட்டு; நிசப்த பிரவாகம்; பிரபஞ்சத்தையே ஊசி முனையில் நிறுத்திய கனம். மலையின் முதல் அடுக்கில் உள்ள எல்லை அம்மன் கோயிலுக்கும் அடிவாரத்திற்கும் மேலும் கீழுமாக போய்வந்து கொண்டிருந்தான். பெண்டுலம் தறிகெட்டு ஆடியது. அந்த உச்ச விசையில் வலியும் தனிமையும் ஒரு தரப்பாகக் கருக்கிருட்டு மாற்றுத் தரப்பாக நின்றது. இது என்ன புது பெண்டுலம். இந்தப் புதிய விதிமுறையை அனுசரிக்கவோ அனுபவ வட்டத்திற்குள் வைக்கவோ அவன் தயாராக இல்லை.

"என்ன ஆறுமுகம்! மேல போகப் போறியா?..." என்ற கேள்வி உதிக்கையில் அவன் "ஆமாம்...." என்று தீர்க்கமாகச் சொல்லிக் கொண்டான். அவன் சொல்லிக் கொண்டதாலேயே அம்மனின் எல்லையைத் தாண்டி எட்டு வைத்தான்.

"மேலே வராதே...." அசரீரி அந்த பிரமாண்ட மலை முழுதும் ஒலித்தது.

ஆறுமுகத்திற்குக் கண்ணீர் பெருகியது. ஆள்தின்னி பேசி—விட்டது, மோட்ச வீடு திறந்து கொண்டது. "நான் வாரேன்... நான் வாரேன்..." என்று கத்திக்கொண்டும் பெண்டுலத்தை இழுத்துக் கொண்டும் பாறையைப் பிடித்து செங்குத்தான மலையில் வெறி கொண்டு ஏறினான். திரும்பிப் பார்க்கவே இல்லை. ஒரு கையில் அடிவயிற்றைப் பிடித்துக்கொண்டும் மறு கையைப் பாறையின் மீது ஊன்றியும் கிடுகிடுவென்று ஏறினான். வழுக்கிய செருப்பை உதறினான், மூச்சு வாங்கியது, அடிவயிறு விண்விண்ணென்றது. பாறைப் பிளவுகளைப் பிடித்து ஏறினான், இடுக்குகளில் முளைத்திருக்கும் செடி செத்தைகளைப் பிடித்து ஏறினான். பிடிமானம் ஏதும் இல்லையென்றால் மலையோடு மலையாகச் சாய்ந்து கை மணிக்கட்டை பாறையில் பல்லி போல தேய்த்துத் தேய்த்து ஏறினான். "இனி கீழ் லோகம் எமக்கு ஆகாது. நான் மேல் லோகத்திற்கு உரியவன். மோட்ச வீடு எனக்காகத் திறந்திருக்கும். ஆள்தின்னி எம்மை இட்டுச் செல்வான்." சொல்லிக் கொண்டான். விரல்கள் அனைத்தும் இல்லாதது போல் இருந்தது, வாய் வறண்டது,

தொண்டை இறுகியது, தொடைகள் நடுங்கியது. தோள்பட்டை கனத்தது. பாறையின் வெம்மையால் உடல் வெந்தது. பகல் முழுக்க ஏறினான். திரும்பியே பார்க்கவில்லை. "பூதமே சரணம் பூதமே சரணம் பூதமே சரணம்.." மனம் உச்சாடனம் செய்தது. "இவ்வுலகு எனக்கு வேண்டாம். இவ்வுலகில் எனக்கு எதுவும் வேண்டாம். வாழ்வு மட்டும் அல்ல இவ்வுலகின் மரணம்கூட எனக்கு வேண்டாம். நான் இறைஞ்சுவதெல்லாம் மேல் உலகின் மரணம். நீ மட்டுமே எனக்கு அதைத் தர முடியும்."

அவன் ஏறினான். கால நேரம் தெரியாமல் ஏறினான். உடலால் ஏறினான்; எண்ணத்தால் ஏறினான்; உயிரால் ஏறினான். ஏறுவதைத் தவிர அவன் வேறொன்றாக இருக்கவில்லை. வலுவிழந்த கால்கள் எப்போது வேண்டுமானாலும் விட்டுக்கொடுத்து விடும். தளர்ந்த கைகள் அடுத்த கணம் கூட வழுக்கிவிடும். எவ்வளவு இழுத்தாலும் மூச்சுக்காற்று போதவில்லை. இனி தொண்டையில் ஓட்டையே விழுந்துவிடும். செங்குத்தாகச் செல்லும் மலையில் இன்னும் இரண்டு எட்டு. உடலின் கடைசி வியர்வைத் துளி வெளியேறும்போது ஒரு சமதளம் தன்னை அறிவித்தது. அதன் நுனியைப்பற்றி ஏறி உருண்டு தரையில் முதுகை பதியவைத்தான். உடல் அங்கங்கள் செயல் இழந்தன. மொத்த காற்று வெளியையும் உள்ளிழுத்துவிட்டுக் கொண்டிருந்தான். குடல் தன்னால் கழிந்தது. அந்திப் படர்ந்து கொண்டிருந்தது. உடல் இல்லாதவன் போல அங்கேயே கிடந்தான். நகர்ந்து செல்லும் ஆகாயம்; சூழ்ந்து செல்லும் காற்று; ஊடுருவிச் செல்லும் ஒளி என முதல்முறையாகக் கடந்து செல்லும் காலத்தைக் கண்முன் பார்த்தான். ஒவ்வொரு அங்கமாக மீண்டுகொண்டு வந்தது. தூரத்தில் தண்ணீரின் சலசலப்பு கேட்டது. மூளையின் கட்டளை—யில்லாமலேயே உடல் அத்திசை நோக்கி ஊர்ந்து சென்றது. அந்தச் சின்ன சமதளத்தின் ஓரத்தில் ஒரு சுனை. சுனையின் சிறிய தெப்பத்தில் முகத்தை பதித்தான். உயிர் குடித்தான். உடல் சரிந்தான். "மேலே வராதே..." என்ற அசரீரி ஒலித்தது. பூதம்தான் பேசுகிறது என்று உணர்ந்தான். பிரக்ஞை விழித்திருக்க உடலால் தூங்கிப் போனான்.

ஏதோவொரு நாளின் முற்பகலில் அவன் விழித்தான். உடல் எடையின்றி இருந்தது. சுனையை அள்ளிப் பருகினான். கீழ் உலகம் அடியாழத்தில் எங்கோ சென்று கொண்டிருந்தது. "பூதமே சரணம்" என்று தனிச்சையாக வாய் முணுமுணுத்தது. தான் எங்குச் செல்ல வேண்டும் என்ற உறுதியைச் சங்கல்பம் செய்துகொண்டு அக்கம்பக்கம் தேடினான். தண்ணீர் எடுக்குமாறு குவளைபோல் எந்தச் சாதனமும் தென்படவில்லை. இயன்றவரை தண்ணீர்

குடித்துவிட்டு மேல் நோக்கி ஏற முற்பட்டான். இரண்டு ஆள் உயரமுள்ள ஒரு நச்சரவம் மேலிருந்து கீழே வந்து கொண்டிருந்தது. இவனைக் கண்டுகொள்ளாமல் தாண்டிச் சென்றது. பூத ஒலி கேட்ட பின்பு எதுவும் ஆச்சர்யமில்லை. அவன் முன்னேறிச் சென்றான். அவனுக்கு இன்று தேர்ச்சி இருந்தது.

அவன் தொடர்ந்து மேலேறினான். ஆங்காங்கே கள்ளிச்செடிகள். அதன்மேல் இளஞ்செந்நிற பூக்கள். மழைத் தண்ணீர் வழிந்தோடிய தடம் வழுக்கியது. மற்ற இடம் உப்பு படிந்து ஏறுவதற்குச் சொரசொரப்பாக இருந்தது. தன்னை ஏதோ கண்கள் கவனிப்பதாக உணர்ந்தான். கூட்டான கண்கள். வான் கழுகுகள் அவனுக்கு இணையான உயரத்தில் பறந்தன. அவைகள் இவனைச் சட்டை செய்யவில்லை. பூதமா? அதுவும் நாலு கால்களிலா? அது பூதமில்லை குதிரைகள். குதிரை வடிவில் உள்ள பூதமா? கண்கள் நிலைகுத்தி இருந்ததினால் இன்னும் கூர்கொண்டு அவ்வுருவங்களைத் தெளிவு செய்தது. ஏதோ மறி ஆடுகள். இவ்வளவு உயரத்திலா? அவனைக் கொஞ்ச நேரம் பார்த்துவிட்டு மலைப்பாறை மீது படிந்திருந்த உப்புப் படலத்தை நக்கி நக்கி உண்ண ஆரம்பித்தன. தன்னை மறந்து பார்த்தான். கள்ளிச் செடிகளைத் தீண்டாமல் மேலேறினான்.

மீண்டும் கை கால்கள் சோர்ந்தன. உளம் சேர்ந்து சோர்ந்தது. பாறைத்திட்டுகள் வரும்போதெல்லாம் அதில் அமர்ந்து இளைப்பாறினான். வான் கழுகுகள் அவனுக்கு கீழே பறந்து கொண்டிருந்தன. அடி ஆழத்தில் கீழ் உலகம் உறைந்தாற்போல் தென்பட்டது. சூரியன் சுட்டது. பாறை இடுக்கில் காட்டு காந்தள் செடிகள் சில பூத்திருந்தன. இவ்வளவு உயரத்தில் வண்ணத்துப்பூச்சிகளோ வண்டுகளோ, தேனீக்களோ இருக்க வாய்ப்பில்லை என்றுதான் மனம் சொன்னது. நேர்க்காட்சியாக அவைகளைப் பார்க்க முடியாவிட்டாலும் அவைகளின் இருப்பை ராட்சஸ காந்தள் மலர்கள் அனுமானம் செய்தளித்தன.

காந்தள் தீ எரிவதுபோல இருந்தது. அடிப்பாகம் மஞ்சளாகவும் மேற்பாகம் சிவப்பாகவும். அதோடு சேர்ந்து தானும் எரிவது போல் இருந்தது. உயிர்தான் விடவேண்டும் என்றால் இந்தப் போராட்டம் எதற்கு? இங்கே இருந்து குதிக்கலாம் அல்லது இப்படியே அமர்ந்தும் போகலாம் அல்லது இந்தக் காந்தள் விதையையோ கிழங்கையோ சாப்பிட்டாலும் போதும். ராட்சஸ காந்தள்கள்; அப்படியானால் ராட்சஸ தேனீக்கள். தேனீக்கள் தன்னை மொய்ப்பதை, உடலைப் போர்த்துவதை நினைத்துப் பார்த்தான். மெய்சிலிர்த்தது. "மேலே வராதே..." என்ற ஒலி கேட்டது. உடல் விதிர்த்தது. அட்ரீனல்

சுரந்தது. கிடைத்த புது சக்திப் பாய்ச்சலில் "பூதசரணம்... பூதசரணம்... பூதசரணம்..." என்று சொல்லிக்கொண்டு மோட்சக் கதவைத் தட்டுவதற்கு மேலேறினான்.

அவன் வயிறு முதுகெலும்புடன் ஒட்டியிருந்தது. எப்போது சட்டை கிழிந்து இவன் உடல்விட்டது என்று தெரியவில்லை. கன்னங்கரிய உடல் பாறையின்மீது படிந்து ஏறியது. உடல் அவதி ஒரு அங்கமென அவனில் குடியேறியது.

அந்த அந்திப்பொழுதில் சமதளம் அடைந்தான். குளிர்காற்று அவனைப் பிடித்து வைத்திருந்தது. தண்ணீர் ஓடும் சப்தம். அந்தியின் வெயில் மலையைப் பொன்னால் போர்த்தியிருந்தது. மலையிலிருந்து வழிந்தோடி வந்த தண்ணீர் ஒரு தட்டையான நீர் பிரவாகத்தை உருவாக்கி மீண்டும் பாறை இடுக்குகளில் வழிந்து மறைந்து கொண்டிருந்தது. பொன்னால் சட்டகமிட்ட ஆடிபோல் அந்தச் சிறிய பிரவாகத்தை அவன் சொர்க்கமெனப் பார்த்தான். தன் உடலின் ஒரு பாதி அங்கு கிடப்பது போல. ஓடிச்சென்று அணைத்துக் கொண்டான். நீர் அவனை முழுதுமாக ஏந்திக்கொண்டது; அவனை அகமும் புறமுமாகக் கழுவி எடுத்தது. அவன் அங்கங்கள் மெல்ல மெல்ல தன்னிலை மீண்டன. குளிரியது. இரவில் பாறை இடுக்குக்குள் சென்றான். வெதுவெதுப்பாக இருந்தது. "மேலே வராதே... மேலே வராதே..." என்ற ஒலி மீண்டும் ஒலிக்க அதன் ரீங்காரத்துடன் தூங்கிப் போனான்.

5

சமதளத்தின் விளிம்பில் நின்று எட்டிப் பார்த்தான். வெண்மேகங்கள் படர்ந்திருந்தன. மேலே பார்த்தான். நீல நிறமாக வெறிச்சோடிக் கிடந்தது. எண்ணங்கள் சீரில்லாமல் சிதறி ஓடின. எண்ணத் தொடர்ச்சி இல்லாததால் ஞாபகச்சரடு அறுந்திருந்தது. எவ்வளவோ அலசிப் பார்த்துவிட்டான் அவன் பெயர் ஞாபகம் வரவில்லை. மூச்சு மட்டும் கனத்திருந்தது. எங்கோ உள்ளிருந்து "பூதசரணம்" என்ற சொல் வந்து விழுந்தது. அதைக் கெட்டியாகப் பிடித்துக் கொண்டான். "சரணம் செய்... பூத சரணம் செய்... பூதசரணம்... பூதசரணம்... பூதசரணம்..." என்ற உச்சாடனம் அவனை மேலிழுத்துச் சென்றது.

பாதி வழியில் உச்சாடனத்தையும் மறந்தான். செல்லும் வழியில் பாறை இடுக்கில் ஒரே ஒரு வாய் தண்ணீர் கிடைத்தது. உறிஞ்சி எடுத்தான். மேலே செல்லும் உந்து விசை மட்டும்தான்

அவனில் இப்போது மிச்சமிருந்தது. மேலே சென்றான். அடுத்த சமதளம் அடைந்தான். ஆளைக் கவிழ்க்கும் அசுரக் காற்று. உடல் கசிந்திருந்தது. அங்குமிங்கும் பார்த்தான். எங்கும் தண்ணீர் இல்லை. அப்படியே அமர்ந்தான். மண்ணுமில்லாமல் வானுமில்லாமல் எங்கோ ஆகாசத்தில் அமர்ந்திருந்தான். சொற்கள் என்று அவனிடம் ஏதுமில்லை. தொடர்ச்சியற்ற ஆதி உந்துவிசை மட்டும். அங்குள்ள அநாதி அமைதியோடு அநாமதேயனாக பொருந்திப் போய் இருந்தான். எல்லாவற்றையும் முதல்முறையாகப் பார்த்துக் கொண்டிருந்தான்.

ஏதோவொரு புலரியின் பனிக்காற்று பட்டு பாறையில் ஈரப்பிசுக்கு வழிந்தது. அவன் பாறையை நக்க ஆரம்பித்தான். அங்குள்ள எல்லா ஈரத்தையும் நக்கினான். நாக்கு கிழிந்து குருதி வழிந்தது. அவன் நக்குவதை நிறுத்தவில்லை. திடீரென்று அவன் கால்கள் அமர விருப்பம் இல்லாதது போல் அவனை எழுப்பி நிறுத்தின. நிறுத்தியவனை மேல் உந்திச் சென்றது.

இயந்திரம் போல் சென்று கொண்டிருந்தான். மலையின் சஹஸ்ராரத்தில் இருந்து ஏதோ ஒரு சங்கிலி அவனை இழுத்துக் கொண்டிருந்தது. முழுதுமாக அதன் பிடியில் இருந்தான். மேல்விசை அதற்கு அனுகூலமாக இருந்தது. ஒரே பொழுதில் அவன் மலையின் ஆக்கினைக்கு வந்து சேர்ந்தான். அது பெரிய மைதானம்போல் இருந்தது. மைதானத்தின் முடிவில் மலையின் பின்புறம். அது அடர்காடாகப் படர்ந்து விரிந்து சென்றது.

மைதானத்தின் இடது ஓரமாக மலை மேலும் சில அடிகள் கூம்பு போல உயரம் சென்றது. மைதானத்தின் வலது ஓரமாக ஒரு மாபெரும் குகை. அதன் வாசல் பனைமரம் உயரம் இருந்தது. நினைவின் அடுக்குகள் இல்லாத அந்தப் பெயரிலி குகையின் ஓரமாக அமர்ந்து நிழலாறினான். உடல் முழுதும் வழிந்தோடும் வறண்டு கிடக்கும் காயங்கள். ஆதி மிருகமென அதை நக்கிக் கொண்டான். அங்கேயே அப்படியே இருந்தான். வலியின் உக்கிரத்தையோ தனிமையின் அருகாமையையோ உணரும் அளவில் அவன் பிரக்ஞை சுடர் விடவில்லை. அந்தப் பிரக்ஞையும் அணைந்து வெளியுலகம் முற்றாக மூடிக்கொண்டது. மயங்கி விழுந்தான்.

6

முடிவற்ற காலத்தின் ஒரு பொழுதில் அவன் பிரக்ஞை விழித்தது. அவன் தூக்கி எறியப்பட்டது போல் விதிர்த்து எழுந்து நின்றான். சிந்தையில் தொடர்ச்சியற்ற ஏதேதோ சொற்கள். அவன் மலை ஏறி

வந்த நினைவு கனவு போல சிதறிச்சிதறி அலை பாய்ந்தது. சுற்றும் முற்றும் பார்த்தான். இது ஒரு குகை. தன்னை யார் இங்கு கிடத்தி வைத்தது. இதோ பிரம்மாண்டமான கல் சிம்மாசனம். கல் படுக்கை. இங்கு யாரோ இருக்கிறார்கள். அதன் அருகாமையை உணர முடிகிறது. "பூதம்... ஆம் பூதம்... அதைத் தேடித்தான் நான் இங்கு வந்தேன். ஏன் அது இங்கு இல்லை. எங்குச் சென்றது. இதோ அதன் ஆயுதம். ஆயுதமே என் உயரம் இருக்கிறது. கோடாரியா அல்லது கதாயுதமா? இதன் கோட்டைக்குள் நான் வந்திருக்கிறேன். அப்படியானால் அதுவே முதல் வெற்றி. அதன் கண்ணில் படக்கூடாது. ஒளிந்திருந்து கவனிக்க வேண்டும். ஒளிந்துகொள்." ஓடிச்சென்று குகையின் இடுக்குகளைத் தேடி ஒரு விரிசலில் ஏறி அமர்ந்து கொண்டான். உடல் நடுங்கியது. உளம் அதிர்ந்தது. தான் மலையேறி வந்த நினைவை மீட்க முயற்சித்தான். அது மங்கலாக தழலாடியது. "ஏதோ முக்கியமான ஒன்றை மறக்கிறேனே; அதற்குத்தான் இந்தக் வேள்விப் பயணம். பூதம்... பூதம்... பூதா... பூதா... பூத... பூத... பூதவதம்! ஆமாம் பூதவதம்... வதம் செய்... பூத வதம் செய்... பூதவதம்... பூதவதம்..." முதல் குழப்பம் தீர்ந்தது. மனம் அதைப் பற்றிக்கொண்டது. பற்றிக் கொண்டதைச் சொல்லிச் சொல்லிப் பழக்கம் செய்தது. ஒப்பித்து ஒப்பித்துப் புதுப்பித்தது. குகைக்குள் சுற்றி வந்த காற்றும் பூதவதம்... பூதவதம்.. என்றே முழங்கியது. அப்படியே அமர்ந்து கொண்டான்.

"நாட்கள் ஓடின
இன்று நேற்றைப்போலவே
அலர்ந்தது.
நேற்று இன்றிற்கு
தகவல் சொல்லியது.
இன்று நேற்றை
புனைந்து கொண்டது.
நாளையை அறிவித்துவிட்டு
இன்று மறைந்தது"

பசித்தது. வானில் இருந்து வந்த பசி. எத்தனை நாட்கள்தான் இப்படியே அமர்ந்திருப்பது. பூதம் வரும் சாடையைக் காணவில்லை. கொஞ்சம் கொஞ்சமாக இறுக்கத்தைத் தளர்த்தினான். இறங்கி குகையை அலசினான். பூதத்தின் இருக்கை; படுக்கை; மலஜல பாறைப் பிளவு, பூதத்தின் கால் தடம் பட்டுப்பட்டு தேய்ந்த பாறைத்தடம்.

அவ்விடம் மேலும் பழக்கம் ஆனது. தயங்கித் தயங்கி வெளியே வந்தான். வெயில் சுட்டெரித்தது. உள்ளே குளிர்ச்சியாக இருந்தது. மைதானத்தை நோட்டம் விட்டான். விந்தையான நிலம் அது. குகையின் ஓரத்தில் சுக்குட்டி செடிகள். அதில் அடர்நீல நிறத்தில் சிறிய சிறிய சுக்குட்டிப் பழங்கள். க்ஷணம் தயங்காமல் பறித்துப் பறித்து வாயில் போட்டான். புத்துணர்வு.

மைதானத்தின் விளிம்பையும் கடைசியில் உள்ள காடு ஆரம்பிக்கும் விளிம்பையும் தயங்கித் தயங்கி சென்று தடயங்கள் சேகரித்தான். தடயங்கள் எல்லாம் பூதம் அடர் காட்டிற்குள் சென்றிருக்கும் வாய்ப்பையே சொன்னது.

அவன் திட்டம் தீட்டினான். அங்குக் கிடைத்த கூரிய கற்களைச் சேகரித்தான். காட்டிற்குச் சென்று மரத்தடிகளை உடைத்து வந்து அதனுடன் கூரிய கற்களை வெட்டுப்புற்களை வைத்துக் கட்டினான். வெட்டுப்புற்களை ஒன்றாய் முடிந்து அதனுள் சிறிய கற்களைப் போட்டு கவண் செய்து வைத்தான். கள்ளிச்செடிகள் பிய்த்துக் குகை எங்கும் பரப்பி வைத்தான். பாறாங்கற்களை உருட்டி குகையின்மீது வைத்து வெட்டுப்புல் கயிற்றால் கட்டித் தொங்கவிட்டான். தன் அறிவு என்ன சொன்னதோ அதையெல்லாம் தயாரித்து வைத்தான். போருக்கு எந்நேரமும் தயாராக இருந்தான்.

நாட்கள் சென்றது. ஒன்றுமே நிகழவில்லை. “பூதத்திடம் போரிட்டு வெல்வது கடினம். அதனிடம் மண்டியிடுவோம்; நம்பிக்கைக்குப் பாத்திரம் ஆவோம். ஏவல் வேலைகளைச் செய்வோம்; தக்கசமயத்தில் சோலியை முடிப்போம். முதலில் அதனிடம் நன்முத்திரை பெறவேண்டும்.” சொல்லிக் கொண்டான்.

வெட்டுப்புற்களைச் சீமாறாகக் கட்டி குகையைப் பெருக்கினான். காட்டிற்குள் ஒழுகிச்செல்லும் ஓடையிலிருந்து மர ஓட்டில் தண்ணீர் சுமந்து வந்து வாசல் தெளித்தான். பூத இருக்கைக்குச் சாமரம் தயாரித்தான். படுக்கைக்கு மஞ்சம் தயாரித்தான். மலர்கள் சூடிக்கொண்டான்.

நாட்கள் சென்றது. ஒன்றுமே நிகழாத இடத்தில் ஒன்றுமே நிகழவில்லை. பூதத்தின் வருகைக்கு எந்தச் சகுனமும் இல்லை. மலையின் விளிம்பில் வந்து நின்று பார்த்தான். மேகக்கூடங்களுக்குக் கீழே பரந்து நீண்டு கிடந்த பூமி அந்நியமாகத் தெரிந்தது. பகலில் எந்நேரமும் சூரியன் கடிந்துகொண்டும் இரவில் நிலவு வருடிக்கொண்டும் மீன்கள் அங்குமிங்கும் அலைந்து கொண்டும் இருந்தது. விசாலமாக உணர்ந்தான். விரிந்துகொண்டிருந்தான்.

நாட்கள் சென்றது. அவன் காலடித்தடம் படாத இடம் அந்த மைதானத்திலும் குகையிலும் இல்லை. சுக்குட்டிப்பழம் திகட்டியது. கோவைப்பழம் புதிய வரவு. காட்டிற்குள் பிரவேசிக்க, பிரவேசிக்க புதிய பழங்களும் கிழங்குகளும் கிடைத்தன.

நாட்கள் சென்றது. பூதம் என்ற ஒன்று இருக்குமா என்ற சந்தேகம் தோன்றியது. கணம்தோறும் அது வலுப்பெற்றது. இறங்கிச் செல்வோமா என்ற எண்ணம் உதிக்கையில் அவ்விடத்திற்குப் பொருந்தாத ஒரு ஒலி கேட்டது. முதலில் மனம் ஏற்க மறுத்தது. ஒலி முணுமுணுப்பாகக் கேட்டது; உடல் தூக்கிவாரிப் போட்டது. உடல் குறுக்கிக் கொண்டான். தூரத்தில் ஒரு உருவம் அசைந்தது. பரந்த மைதானத்தில் திடீரென்று அவன் ஒளிவதற்கு ஒரு இடம் இல்லாமல் ஆனது. முணுமுணுப்பு பேச்சொலியாகக் கேட்டது. உறுமியது போல். பிளிறியது போல். ஓலமிடுவது போல். சடசடவென்று மலையின் சஹஸ்ராரத்திற்கு ஏறினான். குரல் இப்போது தெளிவாகவே கேட்டது.

“மேலே உனக்கு ஒரு விருந்து காத்திருக்கிறது..”

விருந்தா ? என்னைத்தான். என்னையேதான்.

“என்ன விருந்து மாமா.. எனக்குக் கொலைப் பசி..” பெண் பூதக் குரல்.

கணவன் பூதம் மேல் உலகம் அதிர்வதுபோல் சிரித்தது. மனைவி பூதம் கீழ் உலகம் அதிர்வதுபோல் சிரித்தது. இரண்டு பூதமா ? நான் சிறிதும் எதிர்பார்க்காதது. நான் என்ன செய்வேன் ? அவர்கள் ஒரு முடிவுடன் வரும்போது நான் மன்றாட முடியுமா ? பூதவதம் செய்ய வந்துவிட்டு இது என்ன பயம். உள்ள பயத்தை எப்படி இல்லை என்று சொல்வது. சரி ! அவர்களுக்கு விருந்தாவதா அல்லது வீரமரணம் எய்துவதா ?

சஹஸ்ராரத்தில் பாறைக்குப்பின் மறைந்திருக்கும் அவனுக்கு ஆயுதமென்று ஒன்றும் இல்லை. அவன் காலடியில் இரண்டு பெரிய பாறாங்கற்களைத்தவிர. இரண்டே இரண்டு கற்கள். அவ்வளவே. அந்தி என்றபோதும் சிறிது வெளிச்சம் இருந்தது. “சீக்கிரம் இருட்டிவிட்டால் இன்று பிழைப்பேன்.” அவனுக்குப் பதறியது.

“என்ன விருந்து மாமா ? சொல்லுங்க...”

“கொஞ்சம் பொறு. அதுதான் என் கல்யாண பரிசு.”

“ருசியா இருக்குமா ?”

“அதுக்கு என்ன குறை.”

“நான் ருசியாக இருக்க மாட்டேன். என் காயங்களை நானே நக்கிப் பார்த்திருக்கிறேன். இதை எப்படிப் பூதத்திடம் சொல்வது. சொன்னாலும் பூதம் விடுமா. என்ன செய்வதென்று தெரியவில்லை. இன்னும் கொஞ்ச நேரத்தில் என்னைக் கண்டுபிடித்துவிடும்... பிழை செய்துவிட்டேனா... இங்கே வந்திருக்கக்கூடாது...” பயத்தில் மனம் இண்டு இடுக்கெல்லாம் சென்று புலம்பியது.

ஏறிவருகிறது; நெருங்கி வருகிறது; பார்க்கப் போகிறது...

இப்போது அவன் தெளிவாகப் பார்த்தான். முழு உருவத்தையும் பார்த்தான். முகத்தில் அறைந்தாற்போல் ஒன்று உணர்ந்தான். கொஞ்சம் கீழே குனிந்து “மேலே வராதே..” என்றான்.

“மாமா... யார் பேசுறது?”

“ஏய் கொஞ்சம் இரு..”

இன்னும் சற்று குனிந்து “மேலே வராதேன்னு சொன்னேன்ல....” என்று உறுமினான்.

“ஏய் ஓடு... ஓடு... ஓடு... நிக்காத ஓடு... ஓடு...” மனைவி முன்னால் ஓட; அரை நிஜார் போட்ட கணவன் பின்னால் தலை தெறிக்க ஓடினான்.

ஒரு பாறாங்கல்லை எடுத்து ஓடும் அவர்கள் தலையைக் குறி பார்த்து எறிந்தான்.

நாயிற்கடையேன்

1

இதோ இப்போது நான் ஒரு கொலை செய்தாக வேண்டும். கொலை என்றவுடன் மனிதக் கொலை என்று எண்ணிவிட வேண்டாம். இது நாய்க் கொலை. ஒரு நாயைப் போட்டுத்தள்ள வேண்டும்.

இந்த எண்ணம் முதலில் எழும்போது வெறும் சாத்தியமாக மட்டுமே இருந்தது. இப்போது அது உருண்டு திரண்டு ஒரு முடிவாக மாறியுள்ளது. எப்படிக் கொல்லலாம்? அதிக வன்முறை எனக்கு ஆகாது. அளவான வன்முறை ஆனால் காரியம் ஆகியிருக்க வேண்டும். அதனால் கல், கத்தி, கடப்பாரை லிஸ்டில் இல்லை. விஷம் வைக்கலாம் அல்லது சுருக்கு விடலாம். அந்த நாய்க்கு இருக்கும் வெறியைக் கணக்கில் கொண்டால் அதுவாக வந்து சுருக்கு மாட்டிக்கொள்ளும் என்ற நம்பிக்கையில்லை. நாயை மட்டை செய்ய எவ்வளவு கேட்பார்கள்? முதலில் என்னிடம் எவ்வளவு இருக்கிறது? பேசாமல் ஒரு வளர்ந்து வரும் ரவுடியை அணுகலாமா? ஹ்ம்ம்.. எல்லை மீறி யோசித்துக் கொண்டிருக்கிறேன்.

அப்படியே கொலை செய்துவிட்டால் என்றாலும்கூட சடலத்தை எப்படி மறைப்பது. கார்ப்பரேஷன்காரன் கணக்கு வைத்து

இருப்பானோ? சடலத்தைப் பல துண்டுகளாக்கித் திசைக்கு ஒன்றாகக் கொண்டு வீசி விட்டால்? அல்லது கொன்றால் பாவம் தின்றால் போச்சு என்பார்கள், நாய்க்கறி எப்படி இருக்கும்? ஒருமுறை சிறுமுகை காட்டிலிருந்து பிடித்துக்கொண்டு வந்த மான் கறியைச் சாப்பிட்டிருக்கிறேன். நல்ல மொறு மொறுவென்று இருக்கும். ஆட்டுக்கறி அத்துப்படி. அதன் மார்க்கண்டம் சாப்பிட்டால் மார்க்கண்டேயன்.

நாய்க் கொலையைப் பற்றி மட்டுமே சுற்றிச் சுற்றி யோசித்துக்கொண்டு இருந்தால் ஏதாவது வழி பிறக்கும். இக்கொலைக்கான காரணங்களே இனி தேவையில்லை. இதைப் பற்றி சிந்திப்பதில் இவ்வளவு சக்தியை வீனடித்துள்ளேன் இனி காரணம் ஒரு கேடா?

தெளிவாய்ப் பார்த்தால் ஒன்று புலப்படும். அதிகம் சிந்திப்பவன் செயல் புரிவதில்லை. செயல்படும்போதே சிந்திப்பவன் மட்டும்தான் செயலைக் கடக்கிறான். சும்மா சிந்திப்பவன் கற்பனையின் மூலமாகவே அந்நிகழ்வை ஆயிரம் முறை நடத்திப் பார்த்திருப்பான். அந்தக் கற்பனையே அச்செயலுக்கு நிகரான அகநிறைவு தந்துவிடுகிறது.

இனி சிந்திப்பது வீண். ஆகவே அர்ஜுனா கொலை புரிவாயாக.

2

சமீபமாகத்தான் இந்த வீட்டைச் சம்பாதித்தேன். சொந்த வீடு. ஓன் ஹவுஸ். வாழ்வில் முதல்முறையாக எனக்கே எனக்கான இடம். எனக்கு மட்டுமே பாத்தியப்பட்டது. நான் ஆட்சி செய்யும் ஸ்தலம். அனைத்து பிரத்தியங்கமும் உணர்ந்த பிரத்தியட்ச உண்மை. இந்த வீட்டுக்காகக் காதல், உத்தியோகம் என்று பலவற்றை இழந்து உள்ளேன்; பல நாட்கள் பசியில் திரிந்துள்ளேன் என்றாலும் அதன் துயர் இப்போது இல்லை. மொத்தமும் மூன்று அறைகள் மட்டுமே உள்ள இந்த வீடு ஒண்டிக் குடித்தனம் வகைமையில் வரும். என்றாலும் எனக்கு இது மாளிகை. இது வந்த பின்புதான் நடையில் மிடுக்கு, உடலில் நிமிர்வு, பேச்சில் தீர்க்கம் வந்து சேர்ந்தது. தீர்க்கம் என்றால் நான் இங்கே இருக்கிறேன் என்னைப் பொருட்படுத்துங்கள் என்பதுபோல. குத்துவிளக்கு வாங்கிய—திலிருந்து சாமி கும்பிடுகிறேன். சாமி கும்பிடுவதால் என்னவோ வீட்டுக்கு வெளியே திருஷ்டி பொம்மை வைத்துள்ளேன். புதிதாகப் பல வெள்ளை நிற சட்டை வாங்கியுள்ளேன். வெள்ளை நிறத்தில் இவ்வளவு வகைகள் உள்ளது என்பது எனக்கு இப்போதுதான் தெரியும்.

என்னை அடையாளப்படுத்தும் அனைத்து ஆவணங்களையும் வம்பாடு பட்டாவது வாங்கிவிட வேண்டும். ஒரே விலாசத்தில். இந்த விலாசத்தில். ஏனென்றால் நான் இப்போது ஒரு புள்ளி. சமூகத்தின் ஆள். இங்கே பெரும்புள்ளிகள் பல இருந்தாலும் நானும் ஒரு புள்ளி. இப்போது நான் ஏதாவது ஒரு அசோசியேஷனில் சேரலாம். சேர்ந்த இடத்தில் கருத்து தெரிவிக்கலாம். யாரிடமாவது தைரியமாகக் கடன் வாங்கலாம். முக்கியமாக எவ்விடத்திலும் அமர்ந்து பேசலாம். இது அனைத்தையும் நான் வீட்டோடு சேர்த்து சம்பாதித்தது. இவ்வுணர்வு எனக்குப் பிடித்துள்ளது ஆகையால் இது எதையும் நான் இழந்துவிடக்கூடாது. இழந்துவிடக்கூடாது என்ற எண்ணம் வந்ததிலிருந்து பயம் ஒட்டிக் கொண்டது. யாராவது பிடுங்கிக் கொண்டால்; ஆக்கிரமித்துக் கொண்டால்; உனது கிடையாது போடா என்று விட்டால்? விடப்போவதில்லை விடவே போவதில்லை.

எனது அனைத்துச் சக்தியையும் திரட்டி போராடுவேன். அந்தக் கொடூரனை, அந்த அரக்கனை எதிர்த்துப் போராடுவேன். இது நான் உருவாக்கியது என்னுடையது. அவனைச் சும்மாவிட மாட்டேன். அவனை முற்றொழித்து என் வீட்டை மீட்டெடுப்பேன். கோர்ட்டுக்குச் செல்வேன்; அரசியல் தலைவர்களை நாடுவேன்; ஊடகத்திற்குச் செல்வேன்; வீதிக்கு வருவேன்; மக்களைத் திரட்டுவேன். அறம் உள்ளோர் அனைவரும் எனக்காகப் போராடுவார்கள்.

அன்று அலுவலகம்விட்டு வீடு திரும்பும்போதுதான் கவனித்தேன் அந்த நாயை முன் வாசலில் கட்டிப்போட்டு வைத்திருந்தான் அந்த முதல் வீட்டுக்காரன். அதைப் பார்த்த மாத்திரத்திலேயே திடுக்கிட்டு நின்றேன். எனக்கு மூச்சடைத்தது. ஆங்காங்கே வெண்புள்ளிகளுடன் கன்னங்கரேல் என்ற நாய். அந்த வெண்புள்ளிகள் ஏதோ ஒரு தேமல் போல் இருந்தது. எனக்குப் பயத்தால் நெஞ்சம் படபடக்க உடல் அதை ஏற்று லேசாகக் கிடுகிடுவென்று ஆடியது. காம்பவுண்ட் சுவரை ஒட்டியவாறு மெல்லிய நடை எடுத்து வைத்தேன். என் பயத்தை மோப்பம் பிடித்த நாய் சட்டென்று எழும்பி வள்.. வள் என்று ஆரவாரத்துடன் என்மேல் பாய முற்பட்டது. அதைக் கட்டி வைத்த சங்கிலி என்னைக் காப்பாற்றியது.

நான் விழுந்தடித்து எகிறி என் வாசல் அருகே வந்து நின்றேன். அது என்னைப் பார்த்து குரைத்துக் கொண்டே இருந்தது. மடமடவென்று கதவைத் திறந்து உள்ளே பாய்ந்து ஓடினேன். உள்ளே வந்து நெஞ்சு படபடப்பு நின்றபாடில்லை. வெகுநேரம் அன்று அது குரைத்துக் கொண்டே இருந்தது. சத்தம் ஒருவாறாக அமுங்கியபோது என்

நெஞ்சு சத்தமும் நின்றது. தைரியலட்சுமியை வேண்டிக்கொண்டு கதவை ஓசையில்லாமல் திறந்து லேசாக எட்டிப் பார்த்தேன். அது முழு விறைப்புடன் வாசலையே பார்த்துக் கொண்டு நின்றது. என் தலை தட்டுப்பட்டதும் மீண்டும் குரைக்க ஆரம்பித்தது. நான் மீண்டும் பொந்து பதுங்கினேன்.

சற்றும் எதிர்பார்க்காத எதிரி. இதற்கான உருப்படியான மறுமொழி என்று என்னிடம் ஏதுமில்லை. என் உள்ளத்தில் அனைத்து விதமான எதிரிகளுக்கும் அவர்களுக்கு உண்டான மறுமொழியையும் செயல் திட்டத்தையும் நான் ஏற்கனவே வகுத்து வைத்திருந்தேன். இப்படிப்பட்டவர்களுக்கு இவ்வாறு அப்படிப்பட்டவர்களுக்கு அவ்வாறு என்று. ஆனால் இதுவோ நான் சற்றும் எதிர்பார்க்காதது. நான் வாயடைத்து மனமடைத்துப் போயிருந்தேன். உள்ளத்தில் இறுதியில் குழப்பமே மிஞ்சியது. சரி அதன் எஜமானனைக் கூப்பிட்டு பேசியே ஆகவேண்டும். அதுதான் ஒரே தீர்வு. ஆனால் அவனை முன்பின் நான் பார்த்ததே இல்லை.

நினைக்கையில் பதற்றமாகவும் மலைப்பாகவும் உள்ளது. கொஞ்சம் நெளிவு சுளிவுடன் நடந்துகொண்டால் இவையனைத்தையும் தவிர்க்கலாம். இழப்பதற்கு ஒன்றுமில்லாதபோது கருத்துப் பேசினேன், கை ஓங்கின்னேன். இப்போது வீடு உள்ளது. பையில் கனம் உள்ளது. சூதானமாகத்தான் இருக்க வேண்டும். நான் வரித்து வைத்திருந்த எதிரி வெளுத்த உடல்காரன். பணம், படை, அதிகாரம் உள்ளவன். அதாவது நான் எதிர்த்துப் புரட்சி செய்யும் லட்சிய எதிரி.

இரண்டே வீடுள்ள அந்த குறுகிய காம்பவுண்டில் இரண்டாவது வீடு என்னுடையது. முதல் வீட்டு வாசற்படியில் என்னை மறிக்கும் இந்த நாயைக் கட்டிப்போட்டுள்ளான் உள்ளே உள்ள அந்த நாய். நான் இந்த வீட்டை வாங்கி குடி புகுந்து ஒரு மாதமாகிறது. ஆனால் இந்த ஒரு வாரமாகத்தான் இந்தப் பிரச்சனை. இதற்கு முன் அந்த நாய் கொல்லைப்புறமாகக் கட்டியிருந்தது என்பதை நான் அறிவேன். ஒரு சைக்கிளைத் தள்ளிக்கொண்டு மட்டுமே செல்லும் அளவிற்கு உள்ள காம்பவுண்டை முழுதும் மறித்து நிற்கும். சைக்கிளை கேடயம் போல் தடுத்து உள்ளே சென்று விடுவேன் என்றாலும் பெடல் மற்றும் ஹேண்டில் பாரை மென்று சக்கை செய்துவிடும். அன்று என் நல்ல கால் சட்டையை அரை நிஜாராக்கியது. இதற்குப் பயந்தே சைக்கிளை வெளியே நிறுத்தி பூட்டிவிட்டு அடுத்த தெருவைச் சுற்றிவந்து காம்பவுண்டை ஏறி குதித்து உள்ளே வரவேண்டும். சைக்கிளையும் கால் சட்டையையும் இந்த நாய்க்குக் காவு கொடுக்க என்னால் முடியாது.

அடுத்து வந்த அநேக நாட்களில் அந்த நாய் முன்வாசலிலேயே நின்றது. அதனால் நான் காம்பவுண்ட் சுவரைத் தாண்டிக் குதிப்பதில் லாவக தேர்ச்சி அடைந்திருந்தேன். ஒரு அதிசய அதிகாலையில் அந்த நாய் முன் வாசலில் காணவில்லை. உடனே சென்று அந்த முதல் வீட்டின் கதவைத் தட்டினேன். அந்த வீட்டின் கொல்லைப்புறத்தில் இருந்து நாயின் சத்தம் கேட்டது. யாரும் கதவைத் திறக்காதது மேலும் எரிச்சலூட்டியது. கதவை ஓங்கி ஓங்கி உடைப்பது போல் தட்டினேன். எங்கிருந்தோ என் எண்ணத்திரையில் எனது லட்சிய எதிரியின் உருவம் நிழலாடியது. என் நெஞ்சம் சட்டென்று துணுக்குற்றபோது அந்தக் கதவு மெலிதாகத் திறந்தது. உள்ளிருந்து ஒரு நோஞ்சான் ஆசாமி வந்து எட்டிப் பார்த்தான். அவனைப் பார்த்ததும் எனக்கு வீர லட்சுமியின் அருள் இருப்பது தெரிந்தது.

அவன் தூக்கம் தடைபட்டு மயக்கத்தில் இருப்பதுபோல் இருந்தான். நான் எடுத்த எடுப்பிலேயே, "ஏன்பா உனக்கு அறிவு மயிரே இல்லையா?" என்றேன்.

அவன் இன்னும் குழப்பமாக வெளியே வந்து நின்று கண்களை இடுக்கிக்கொண்டு கதவின் விளிம்பைத் தாங்கலாகப் பிடித்து "யாரு" என்று கேட்டான். பல நாட்களாக சவரம் செய்யாத முகத்தில் மூக்கு மட்டுமே இருப்பதுபோல் இருந்தது.

"இப்படி வாசலிலேயே நாய கட்டிப் போட்டா நாங்க எல்லாம் எப்படி அத தாண்டி போறதுங்குற அறிவு இல்லையா?"

"ஓ! நீங்கதான் அந்தப் பக்கத்து வீட்டுக்கு வந்தவரா"

நான் மல்லுக்கு நிற்பதையே அவன் இன்னும் உள்வாங்கவில்லை, "இங்க பாருடா அடுத்த தடவ உன் நாய இங்க வெளியே பாத்தன்னா அப்புறம் நடக்குறதே வேற"

"கொஞ்சம் மரியாதையா பேசு" அவனும் தயாராகிவிட்டான்.

"முதலில் நான் கேட்டதுக்குப் பதில் சொல்லுடா"

"அடா புடான்னா, நான் நாய அவுத்து விட்டுருவேன் பாத்துக்கோ"

"அடிச்சேன்னா மீசை பிச்சிக்கிட்டு போயிடும் ஆமா" அவன் நோஞ்சான் என்பதால் நான் வீரனாய் இருந்தேன்.

"இங்க பாரு.. எனக்கு யாரோடும் சண்டை போடுற சக்தி இல்லை. நீ பெரிய பலசாலின்னா அதோடவே சண்டை போட்டுக்கோ." என்றுவிட்டு என் மறுமொழியைக் கேட்காமலேயே உள்ளே செல்ல எத்தனித்தான்.

விஜயகுமார் சம்மங்கரை

நான், "உன்னையும் அதையும் கார்ப்பரேஷன்காரன் அள்ளிட்டுப்போற மாதிரி செய்யறேன்னா இல்லையான்னு பாருடா"

அவன் கதவைச் சாத்தியும் சாத்தாமலும் இடுப்பைப் பிடித்தவாறு கூன் முதுகுடன் உள்ளே சென்றான்.

நான் மேல்மூச்சும் கீழ்மூச்சும் வாங்கியவாறு வெளியே நடையைக் கட்டினேன்.

வேடிக்கை பார்த்துக் கொண்டிருந்த இஸ்திரிக்காரன். "சார், அவன்கிட்ட வெச்சுக்காதீங்க. அவன் மெண்டலு. நாள்பூரா வருசம்பூரா வஞ்சிக்கிட்டே கிடப்பான். நிம்மதியாவே விடமாட்டான். நாங்க யாரும் அவன்கிட்ட வச்சிக்கிறது இல்ல. நிம்மதியாவே விடமாட்டான். இவனமாரி ஆள கம்ளைண்டும் பண்ண முடியாது. எடுத்துக்க மாட்டானுங்க." என்றான்.

"ஏன் ?"

"அதான் சொன்னேனே மெண்டலு"

3

"என்ன பண்ணட்டும்ன்னு நீயே சொல்லு." சுரேஷிடம் கேட்டேன். அவன் ஆம்புலன்ஸ் டிரைவராக இருக்கிறான். நானும் அவனும் சோற்றுக்குக் கஷ்டப்பட்ட காலத்திலிருந்தே நண்பர்கள். பசியுடன் சாலையில் ஒன்றாக அலைந்திருக்கிறோம். என் பசி அறிந்தவன். எனக்கும் அவனுக்கும் பொதுவில் இருப்பது பசி ஒன்றுதான். எந்தக் கருத்தும் ஒத்துப் போகாது என்றாலும் நண்பர்கள். சந்தித்தால் சாப்பிடுவோம். பசித்தால் சந்திப்போம். பசி பொதுக்காரணம், சாப்பாடு பொதுக்காரியம். இப்போதெல்லாம் காரணமே இல்லையென்றாலும் காரியம் நிகழ்த்த செல்வோம்.

அவன், "இதுவரைக்கும் என்ன ஒரு நாய் தொரத்துன நியாபகமே இல்லை" என்றான்.

"அந்த நாய்க்கு அப்படி ஒரு ஆக்ரோஷம். நான் அதுகிட்ட புடிங்கிக்கவோ அது என்கிட்டே இருந்து காப்பாத்திக்கவோ அதுகிட்ட அப்படி என்ன இருக்கு."

"பக்கத்து தெருவுல நெறய பணக்காரனுங்க நாய வெளிக்குக் கூட்டி வருவானுங்க. அதுவெல்லாம் நல்ல கொளுக்குமுளுக்குன்னு அமைதியா இருக்கும்" என்றான்.

நான், "அத சும்மா விட்டுவைக்கக்கூடாது. என் சொந்த வீட்டுக்குப் பயந்து பயந்து போக முடியாது. அந்த நாயா கொல்றனோ இல்லையோ அந்த வீட்டுக்காரன போட்டுத் தள்ளணும்."

நான் சொல்வதை அவன் உள்வாங்கினானா இல்லையா என்று உறுதியாகத் தெரியவில்லை. அவன் வேறெங்கோ பார்த்துக் கொண்டும் சொல்லிக் கொண்டும் இருந்தான்.

"டேய், நான் சொல்றத கேக்குறியா இல்லையா ?" என்று கேட்டேன்.

"சொல்லப்போனா ஆர்டிபிசியல் செலெக்ஷன்ல நாய் மனுசனோட சேர்ந்துதான் பரிணாமம் அடைஞ்சது. மனுஷனும் கொஞ்சம் மாறித்தான் இருக்கான்."

"என்ன !, நான் என்ன சொல்றேன் நீ என்ன சொல்ற"

"அது இல்லடா. நான் கேட்டுக்கிட்டு தான் இருக்கேன்"

"நான் இன்னும் ஒரு வாரம் பாப்பேன். அப்புறம் சத்தமில்லாம சோலிய முடிக்க வேண்டியதுதான்." நான் எனக்கே சொல்லி தீர்மானித்துக் கொண்டேன்.

"சினவுக் கொள் ஞமலி" என்று தனக்குத்தானே சொல்லிக்கொண்டான்.

நான் "என்ன !" என்று எரிச்சலுடன் கேட்டேன்.

"அது இல்லடா, சும்மா யோசிச்சேன். சங்க இலக்கியத்துல நாய ஞமலி, ஞாளி அப்படின்னு சொல்றாங்க. பக்தி இலக்கியத்துல ஆஊன்னா 'நான் ஒரு நாயிற்கடையன்' அப்படின்னு சொல்லிக்கிறானுங்க. உண்மைதான் போல" என்றான்.

நான் கோபமாக எழுந்து கிளம்பினேன்.

"டேய் சாரிடா. நில்லு... நில்லுறேன்னுல்ல.."

"பின்ன என்னடா. அவனவன் பிரச்சனை அவனவனுக்கு."

"சரி அத கொல்றதுதான் ஒரே வழியா ?"

"பின்ன என்ன செய்ய சொல்ற ?"

நான் உணர்ச்சி வேகத்தில் கத்தும் போதெல்லாம் சுரேஷ் அமைதிக்குச் செல்வான். நானும் அடங்கினேன். இருவருமே கொஞ்ச நேரம் பேசிக்கொள்ளவில்லை.

“அதுக்கு இல்லடா.. எதையுமே முதல்ல பகையா பார்க்கக் கூடாது” என்றான்.

“அதுக்காகக் கடிக்க வர்ற நாய புடிச்சு முத்தங்கொஞ்ச முடியாது” மீண்டும் கத்தினேன்.

“சரி நாளைக்கு நான் வர்றேன். வந்து பாக்குறேன்”

“இரு, அந்த நாய்ட்ட உன்ன புடிச்சு தர்றேன். நீ அப்ப பேசு.”

அவன் சிரிக்க நானும் சிரித்தேன். என்னை ஆறுதல்படுத்த கலப்புக்கடைக்குக் கூட்டிச் சென்றான். முதலில் ஆளுக்கு ஆறு இட்டிலி அடுக்கினோம். அப்புறம் இன்னுமொரு ஆறு. அடுத்த ஆறு அவன் தனியாகச் சென்றான். அவனே காசு கொடுத்தான். சந்தோசமாக இருந்தது. சந்தோஷமோ துக்கமோ சாப்பிடுவோம்.

4

அடுத்தநாள் சுரேஷை வீட்டிற்குக் கூட்டிப் போனேன். தூரத்—திலிருந்து பார்த்தான். அது அமைதியாகப் படுத்திருந்தது.

“பொட்டாட்டம் படுத்துக் கெடக்கு..”

“என்ன ?”

“பசு மாதிரி படுத்து கெடக்குதுன்னு சொன்னேன்”

“பூரா.. நடிப்புடா.. எங்க பக்கத்துல போ பாப்போம்”

“டேய், நான் புஸ்தகம் படிக்கிறவன் கருத்து மட்டும்தான் சொல்வேன். நீதான் மீதி எல்லாம் பண்ணிக்கோணும்”

நான் ஒரு சிறிய கல்லை எடுத்து அதன் மீது போட்டேன். அது அசைவேதும் இல்லாமல் இருந்தது. “உஸ்... உஸ்...” சோகையாக நிமிர்ந்து பார்த்துவிட்டுத் தலைகவிழ்ந்து கொண்டது. சுரேஷ் என்னையே பார்த்துக் கொண்டிருந்தான். அவன் என்ன சொல்லுவான் என்று எனக்கு தெரியும்.

அவன்,”இங்க பாரு.. யாரு கிட்டயும்னாலும் எதுனாலும் ஒரு நட்பு வேணும். அதுக்கு ரெண்டு பேர்கிட்ட இருக்க பொது விஷயத்—திலிருந்து ஆரம்பிக்கணும். உன் எதிரிக்கும் உனக்கும் ஒரு பொது காரணம், பொது ஆர்வம் இருக்கும். அந்த பொது ஆர்வத்திலிருந்து ஆரம்பிக்கணும். எடுத்த எடுப்பிலேயே சண்டைக்கு நிக்கக்கூடாது.”

“உன்கிட்ட இருக்குற ஒரே ஃபிலாசபி இது தான்.”

“வேலை செய்யுதான்னு பாருடா” என்றான்.

ஒன்றும் சொல்லாமல் இருந்தேன்.

“சரி வா பீஃப் பிரியாணி சாப்பிடலாம். பக்கத்துல இருக்குற ரோட்டு கடை நல்லா இருக்கும்” அவனே கூட்டிச் சென்றான். பிளேட்டு முப்பது ரூபாய். தொன்னூறு ரூபாய்க்கு ஆர்டர் செய்தோம். இருவரும் சேர்ந்து எழுவது ரூபாய்க்கு போஜனம் செய்தோம். மீதமான இருவது ரூபாயை பார்சல் கட்டி வாங்கிக்கொண்டான் சுரேஷ்.

போகும் வழியில். “இந்தா இத அந்த நாய்க்கு போட்டிரு” என்றான்.

நான் முறைத்துவிட்டுச் சொன்னேன், “நீ எப்படி என்னை ஃபிரெண்டு புடிச்சியோ அதேமாதிரி நான் அந்த நாய ஃபிரெண்டு புடிக்கணும். அதுதான? ஏன்டா இந்த ரேஞ்சுக்கு என்ன கொண்டு வந்துட்ட.”

“சொல்றதைக் கேளு.. இத நாய்க்குப் போட்டிரு..”

அதை வாங்கிக்கொண்டு,”சரி இதுல கலக்குறதுக்கு விஷம்?” என்றேன்.

நான் சிரிக்க, அவனும் சிரித்தான்.

“பொதுவான விசயத்துல இருந்து ஆரம்பிடா. உனக்கும் பிரியாணி புடிக்கும். எந்த நாயா இருந்தாலும் அதுக்கும் பிரியாணி புடிக்கும்.” என்றான்.

“ஃபிலாசபி ஓகேதான். ஆனா அந்த நாயோட ஓனர்கிட்ட சண்டை போட்டுட்டேன். அவன் பாத்துட்டான்னா?”

“சேம் ஃபிலாசபிதான்.”

“எது இந்தப் பொதுவா— ன்னு ஆரம்பிக்குமுங்களே அதுவா? நீ ஒரு ஆம்புலன்ஸ் டிரைவர்டா.. பிலாசபர் இல்ல.. ” என்றேன். இருவரும் சிரித்துக் கொண்டோம்.

அவனை விட்டுவிட்டு வீடுவந்து சேர்ந்தேன். தயங்கித் தயங்கி காம்பவுண்டை எட்டிப் பார்த்தேன். வாசம் பிடித்து டக்கென்று எழுந்து நின்றது. அதன் கண்கள் எனக்கு வந்து படையல் இடு என்பது போல் அதிகாரம் இருந்தது. பொட்டலத்தைப் பிரித்தேன். அதனிடமிருந்து ஏதோ வினோதமான கரகரப்பான உறுமல். என்னை

இறைஞ்சுகிறதா அல்லது அதட்டுகிறதா என்று தெரியவில்லை. நாய் பாஷை தெரியாது. பிரித்த பொட்டலத்தைத் தரையில் வைத்து தள்ளிவிட்டேன். அது பாதி சிதறி நாயிடம் போய் நின்றது. நாய் உடனேயே முழுதாக ஈடுபட்டது.

நாய்க்காரனின் வீடு சாத்தியேதான் இருந்தது. நான் அதைத்தாண்டி செல்ல வேண்டும். இந்த ஒருமுறை காம்பவுண்டை சுற்றிவந்து பல்டி அடிக்க எனக்கு விருப்பமில்லை. அதுதான் சுங்கம் கட்டியாகிவிட்டதே. மெல்ல சுவர் ஓரமாக அடி எடுத்து வைத்தேன். நாய் லக்லக் என்று விழுங்கிக் கொண்டிருந்தது. அதன் சங்கிலி வளையத்திற்குள் சென்றபோது விழுங்குவதை நிறுத்திவிட்டுத் தலையை எடுக்காமலேயே பற்கள் அத்தனையும் காண்பித்து உர்ர்ர் என்றது. நான் அசையாமல் நின்றேன். ஏதோ சுமுகம் கண்டவுடன் மீண்டும் போஜனம் செய்ய எத்தனித்தது. நான் மடக்கென்று ஒரே தாவலில் என் கதவை அடைந்தேன். உடல் முழுவதும் நீர் வழிந்திருந்தது. மூச்சு இறுகி மேலும் கீழும் நடனமாடியது. ஆனாலும் ஒரு திருப்தி. நறுவிசாக முடித்துவிட்டுப் பக்கத்திலிருந்த சிறிய தொட்டியில் ‘சளக்... சளக்...’ என்று நீர் குடித்தது.

பேய்ப்பசியில் இருந்திருக்கும் போல. முடித்துவிட்டு அங்குமிங்கும் பார்த்தது. திரும்பி என்னைப் பார்த்தது. அதன் உடல் மொழியில் ஒரு மாற்றம் இருந்தது. ஆனால் என்னவென்று பிடிபடவில்லை. அதன் கண்களைச் சந்திக்காமல் உள்ளே சென்றேன்.

காலையில் தயிர் சாதம் சுங்கம் கட்டிவிட்டு அலுவலகம் சென்றேன். வரும்போது புரோட்டா. மெண்டல் வெளியே நின்றிருந்தான். “இது வெஜிடேரியன். இதுக்கு நான்வெஜ் நீங்கதான் போடறதா” என்றான். “நீ மொதல்ல அதுக்கு எதாச்சியும் வெய்யு. போறவன் வாறவனா வெச்சிக்கிட்டு இருப்பான். இந்த நாபீய எடுத்து வீசு. குடலைப் புரட்டுது.” என்றுவிட்டு மறுமொழிக்கு நிக்காமல் உள்ளே சென்றேன்.

நாய் பாஷை புரிய ஆரம்பித்தது. நாய் என்னைத் தேர்ந்தெடுத்துக் கொண்டது. பிஸ்கட், காபிபைட், வடை, பன் என்று என் சம்பளத்தில் ஒரு பங்கைக் கரைத்துக் கொண்டிருந்தேன் என்றாலும் சந்தோஷம்தான். தினமும் காலையில் அதுக்கு ஒரு குட் மார்னிங். நான் இரவு வரும்வரை அது காத்து நிற்கும். இத்தனை தூரம் வந்த பின்னரும் அதைத் தொடவோ தடவிக்கொடுக்கவோ நான் முனைந்தது இல்லை. என்ன இருந்தாலும் இது மெண்டலுடைய நாய். நான் சோறு வைப்பதால் மெண்டலும் கண்டுகொள்வதில்லை போலும். எப்போதாவது வெளியே வருவான். நான் உள்ளே சென்று விடுவேன்.

உலகத்தார் அனைவரும் நண்பர்கள் ஆனது போல் இருந்தது. எல்லோரையும் புதுசாகப் பார்த்தேன். நேற்றைய என்னை நேற்றோடு விட்டுவிட்டேன். நேற்றைய யாரையும் இன்று இழுத்து வருவதில்லை. ஓரிருமுறை மெண்டலைக்கூடப் பார்த்துச் சிரித்தேன். இதெல்லாம் நாயிடம் இருந்து வந்த பழக்கம். அதற்குப் பெயர் வைக்க விரும்பினேன். சுவீகாரம் செய்ய வேண்டும். என்னுடைய நாயாக்க வேண்டும். நினைத்துப் பார்த்தேன். நானும் நாயைக் கூட்டிக்கொண்டு நடை செல்வேன். சமூகத்தில் பெரிய ஆள்தான். நாய் கண்காட்சி என்று யோசித்தவுடன் சிரிப்பு வந்தது.

அன்று ஃபீப் பிரியாணி வாங்கிக்கொண்டு சுரேஷயும் அழைத்துக்கொண்டு உற்சாகமாக வந்தேன். வெறும் காம்பவுண்டு எங்களை வரவேற்றது. சங்கிலியையும் காணவில்லை. நெஞ்சு கனத்தது. உலகம் மீண்டும் தன் சுயரூபம் காண்பிக்கிறது. எனக்குப் பாத்தியப்பட்டதை எடுத்துக்கொள்ளப் பார்க்கிறது. அவன் கதவைத் தட்டினேன். திறக்கவில்லை. விடாமல் தட்டினேன். இஸ்த்திரிக்காரன் வழக்கம் போல் எட்டிப் பார்த்தான். கொஞ்ச நேரம் விட்டு “என்னடா வேணும் உனக்கு ?” என்று கதவைத் திறந்தான். சொல்லின்றி நாக்கு தடுமாறியது. “நாய்...” என்று சுரேஷ் இழுத்தான். “நாயா ? எந்த நாய் ? அதுவா ? அத அவுத்து விட்டுட்டேன். இல்ல வித்துட்டேன். இல்ல அதுவே ஓடிடுச்சு.” என்று சொல்லிவிட்டு மெண்டல் திரும்பினான்.

நான் “டேய்...” என்று கத்தினேன். அவன் திரும்பியவாறு முதுகைக் காண்பித்து அப்படியே நின்றான். எனக்குப் பேச்சு தடுமாறியது. கொஞ்சம் இறைஞ்சுவது போல “உண்மைய சொல்லு... நான் அதுக்கு மட்டுமா சோறு வாங்கியாந்தேன். உனக்கும் சேத்துத்தாண்டா. சத்தியம் பண்ணி சொல்லு. நான் வெச்சுட்டு போன பார்சலை நீ எடுக்கலேன்னு. அந்த நாய் எங்க?” அவன் அப்படியே நின்றான்; பிறகு ஒன்றும் சொல்லாமல் உள்ளே சென்றுவிட்டான். நான் சுரேஷைப் பாத்தேன். எனக்கு அழுகை வந்தது. சுரேஷ் கூடவே இருந்தான்.

புது வீடு வாங்கிய சந்தோசமோ அந்தஸ்து சம்பாதித்த பெருமையோ இல்லாமல் போனது. நான் பழையபடி பதட்டமான ஜீவன் என ஆனேன். “வீட்ல வளர்ந்த நாய் ரோட்டுக்குப் போச்சுன்னா பொழைக்காதுடா.” சுரேஷிடம் சொன்னேன். “ரோட்ல இருந்து வந்தவன் நான் சொல்றேன். நாயவிடக் கேவலமான பொழப்பு பொழச்சவன்டா. நாய்க்கும் அது வேண்டாம். நான் கொஞ்சம் முந்தி இருக்கணும். அத நான் வாங்கியிருப்பேன். கைல கால்ல விழுந்தாவது வாங்கி இருப்பேன்.” புலம்பிக் கொண்டே இருந்தேன். அலுவலகம் செல்லாமல் விடுப்பு எடுத்து ஊரையே அலசினேன்.

மீண்டும் மெண்டலிடம் கேட்க வந்தேன். எவ்வளவு தட்டியும் அவன் திறக்கவில்லை.

மனம் புதுப்புது எதிரிகளை மீண்டும் உருவாக்கியது. வேலை போய்விடுமோ ? வீடு கைவிட்டுப் போகுமோ ? மீண்டும் தெருவுக்கு வருவேனா ? என்ன வந்தாலும் பிச்சை எடுக்கக்கூடாது. மீண்டும் முடியாது. ச்சே... என்ன நினைப்பு இது. என் ராசியே இதுதான். அப்படி அந்த நாயின் மீது பாசம் வைக்க இன்னும் அதன் நிபந்தனை அற்ற அன்பைக்கூட நான் அனுபவிக்கவில்லை. இல்லாத, கைவிட்டுப் போன அனைத்தும் என்னை எப்போதும் ஆட்டிப் படைக்கும். பதட்டம் என் இயல்பு. இயல்புக்கு மீண்டதால் எப்போதும் போல் முரடனாக இருந்தேன். வெள்ளை சட்டை போடுவதில்லை. சாமி அறவே கும்பிடுவதில்லை.

5

நாட்கள் செல்லச் செல்ல நாய் இல்லாத வாழ்க்கையும் பழகி இருந்தது. சுரேஷ் அன்று வேறொரு சின்ன நாய் வாங்கி வந்தான். மொசு மொசுவென்று இருந்தது.

“எதுக்குடா இதெல்லாம். இதுவும் ஓடிப் போகும்”

“நம்ம ரெண்டு பேருக்கும் பொதுவா இதை வச்சுக்கலாம். நீ ஒரு வாரம் நான் ஒரு வாரம்”

என்னால் சிரிக்க முடியவில்லை.

சுரேஷ், “இந்த வாரம் நான் வச்சுக்கிறேன். அடுத்த வாரம் உனக்கு. சும்மா காமிக்கலாமுன்னு வந்தேன்” என்றுவிட்டு எடுத்துச் சென்றுவிட்டான்.

அந்த ஒரு வாரத்தில் இல்லாத புது நாய் என்னைப் பீடித்துக் கொண்டது. நானே சென்று அதை தூக்கிக் கொண்டு வந்தேன். பால், பிஸ்கட், தயிர் சாதம். நானும் அதுவே சாப்பிட்டேன். வீடு முழுதும் சென்று அலசியது. சமையல் அறையை நாசம் செய்தது. கால், கையை நக்கும்போது நான் அனுமதித்தேன். என் மூக்கை, வாயை நக்க அது உரிமை எடுத்துக்கொண்டது. புது வாழ்க்கை ஆரம்பித்தேன். மீண்டும் சமுதாயத்தில் ஒரு புள்ளி ஆனேன்.

அன்று ஞாயிற்றுக்கிழமை. தூங்கிக்கொண்டு இருந்தேன். சுரேஷ் போனில் அழைத்தான். “எங்க இருக்க? வெளில என்ன நடக்குதுன்னு பாக்க மாட்டியா? வெளியே வாடா”. ராக்கி

கதவைப் பிராண்டிக் கொண்டிருந்தது. கதவைத் திறந்தேன். சுரேஷ் ஆம்புலன்சுடன் நின்றிருந்தான். சொற்பமானவர்கள்தான் வேடிக்கை பார்த்துக்கொண்டிருந்தார்கள். மெண்டலின் உடலைத் தூக்கிக்கொண்டு சென்றார்கள்.

இஸ்திரிகாரன் வந்தான். "யார் துப்புக் கொடுத்தாங்கன்னு தெரில. நீங்களா ?" என்றான்.

"இல்லை. நான் இப்போதான் எந்திரிச்சேன். என்னாச்சு."

"கேசு தாங்காதுன்னு சொல்றாங்க. மெண்டலு அடிக்கடி இப்படி ஆகும். யாரோ ஊர்ல இருந்து வந்து பாத்துட்டு போவாங்க. என்ன ஆச்சுன்னு தெரில. இந்த ஏரியால மெண்டல் இல்லேன்னா சந்தோசப்படறதுக்கு நிறைய ஆள் இருக்காங்க."

இஸ்திரிக்காரன் பேசிக்கொண்டிருக்கும் போதே பாதியில் விட்டுவிட்டு சுரேஷிடம் சென்றேன். அவன் ஆம்புலன்ஸ் எடுக்கும் அவசரத்தில். "என்ன நியூஸ்ன்னு கேட்டு சொல்றேன்" என்றுவிட்டு விறுவிறுவென்று பணியில் இறங்கினான். ஆம்புலன்ஸ் புறப்பட்டுச் சென்றது.

நான் அந்தப் பழைய நாயை நினைத்துக் கொண்டேன். மெண்டல் மீண்டும் வருவதற்குள் அலுவலக நண்பர்கள் அனைவரையுமே அல்லது ஒவ்வொருவராக வீட்டுக்கு அழைத்து வரவேண்டும். தரகரையும் வரச்சொல்ல வேண்டும்.

வந்தவர்கள் அனைவருக்கும் என் ராக்கியைப் பிடித்துபோய் விட்டது. அவர்கள் வளர்த்திருந்த, வளர்த்துக் கொண்டிருக்கிற நாயைப் பற்றிச் சொன்னார்கள். நாய் ஆஸ்பத்திரி, விளையாட்டு ஜாமானம், கொடுக்க வேண்டியது கொடுக்கக்கூடாதது என்று பல யோசனைகள். ரோட்டில் போனால் குழந்தைகள் பயம் இல்லாமல் என்னுடன் பேசினார்கள். கல்லூரிப் பெண்கள் திரும்பிப் பார்த்தார்கள். பணக்கார புள்ளிகள் கை காண்பித்து விட்டுச் சென்றனர். பழைய பதட்டம் இப்போது சுத்தமாக இல்லை.

பத்து நாட்கள் கழிந்திருக்கும். சுரேஷிடம் இருந்து எந்தத் தகவலும் இல்லை. போனும் எடுக்கவில்லை. நான் அவனைத் தேடி வீட்டுக்குச் சென்றேன். அவன் கைலியுடன் வெளியே நின்றிருந்தான்.

"என்னடா போன் பண்ணா எடுக்க மாட்டியா ?"

"புது போன் வாங்கணும்டா.. உள்ள வாடா.. ராக்கி எப்படி இருக்கு ?"

"டேய், அத விடு. மெண்டலுக்கு என்ன ஆச்சு. அத பத்தி வாயே தொறக்க மாட்டீங்கற.."

என் பார்வையைத் தவிர்த்தான். "அத விடுடா. அது யாருக்குத் தெரியும். நாம நம்மோட பொழப்ப பாக்கவே நேரம் சிக்க மாட்டேங்குது."

என்னவோ அந்நியத்தனமாகப் பேசினான். நான் உணர்ந்து கொண்டேன். "என்னடா ஆள் செத்துட்டானா?"

"ஆமா.."

"அதுதான் நீ என்கிட்டே சொல்ல முடியாம இருக்கியா?"

"ஆமா..."

"எப்படிச் செத்தான். போஸ்ட் மாட்டம் ரிப்போர்ட் பாத்தியா? என்ன காரணமாக்கும்?"

"......"

"என்னடா... என்ன காரணம்?"

"எல்லாம் பொதுவான காரணம்தான்..." என்றுவிட்டு வேறுபக்கம் திரும்பிக் கொண்டான்.

6

நாங்கள் அதற்குப் பிறகு ஒன்று சேர்ந்து சாப்பிடுவதே இல்லை.

***